अदभुत गोष्टींचा संग्रह

आणि

गोष्ट- एक चित्तथरारक पाठलाग

भाग १ अदभुत गोष्टींचा संग्रह &
भाग २ - एक चित्तथरारक पाठलाग

विनय त्रिलोकेकर - Vinay Trilokekar

AA000999

अद्भुत गोष्टींचा संग्रह आणि गोष्ट- एक चित्तथरारक पाठलाग

First published in 2020 by

Becomeshakespeare.com

One Point Six Technologies Pvt Ltd.

119-123, 1st Floor, Building J2, B - Wing, WadalaTruck Terminal, Wadala East, Mumbai, Maharashtra, India, 400022.T:+91 8080226699

WORDIT ART FUND

This book has been partially funded by the Wordit Art Fund
Wordit Art Fund helps deserving authors publish
their work by providing monetary support
To apply for funding, please visit us at
www.BecomeShakespeare.com

ISBN - 978-93-90543-97-7

Disclaimers

I have tried to recreate events, locales and conversations from my memories of them. In order to maintain their anonymity in some instances I have changed the names of individuals and places, I may have changed some identifying characteristics and details such as physical properties, occupations and places of residence.

अस्वीकृती

माझ्या स्मरणात असलेल्या घटना किंवा कार्यक्रम असोत वा घटनास्थळे असोत आणि संभाषणे असोत, ह्या साऱ्यांची मी केवळ पुनर्रचना केली आहे. ह्या सर्वांची अनामिकेत राखण्यासाठी आणि गुप्तता बाळगण्या करिता मी काही व्यक्तींच्या आणि घटना स्थळांच्या नावात बदल केला आहेत. तसेच काही व्यक्तींची वेशिष्ट्ये, त्यांचे व्यवसाय व निवासस्थान ह्यातही बदल केले आहेत ज्यामुळे त्यांची ओळख गुप्ता राहील.

Dedication

My wife has always supported me through the thick and thin of life. In our 45 years of togetherness she has taken care of our home front most efficiently, managing all the daily chores, which included even taking the studies of our children since I would return very late from works. This enabled me to work peacefully and without any worry.

There have been many ups and downs in my life, facing lockouts and company close downs and she was always there for me, shouldering additional responsibilities of helping me in conducting our private home tuition classes and simultaneously taking care our own children. She has lion share in educating our children. It may not have been possible for us to provide them with all they nay have wanted, but we did give them the best thing in life - Education; up to post graduation (Management)!

So I dedicate this book to my wife with love and affection!

समर्पित

गेले कित्येक वर्ष ती आहे माझी सोबतीण, माझी फिलॉसॉफर आणि मार्गदर्शक आणि त्याच बरोबर एक चांगली मैत्रीण. आणि ती आहे माझी पत्नी म्हणजे खऱ्या अर्थाने सहचारिणी , विद्या, जिने आजवर आमच्या आयुश्यातील उतार चढावात चांगलीच साथ

दिली आहे. आमच्या ४५ वर्षांच्या ह्या सहजीवनात तिचा मोलाचा वाटा आहे. तिने अक्षरशः घराचा धुरा सांभाळला आहे, त्यांत घरातली सर्व कामे, दोन मुलांचे चांगले संगोपन केले आणि त्याच बरोबर मुलांच्या शिक्षणाकडे विशेष लक्ष पुरविले, कारण नोकरीवरून घरी परतण्यास मला अनेकदा फार उशीर होत असे. साहजिकच त्यामुळे मी घराची आणि मुलांची कोणतीही काळजी मनांत न बाळगता शांत चित्तानी आणि एकाग्रताने काम करू शकलो.

आमच्या आयुष्यात अनेक ऊन - पावसाळे येऊन गेले, फॅक्टरीत अनेक संप झाले आणि ताळेबंदीला सामोरे जावे लागले. आमच्या ह्या बिकट आणि कठीण काळात माझ्या खांद्याला खांदा लावून तिने घरी शिकवण्या घेण्यात मदत केली आणि ते सुद्धा आमच्या मुलांकडे दुर्लक्ष न करता! अर्थात त्यावेळी आमच्या मुलांकडे पाहिजे तसे लक्ष केंद्रित झाले नसेलही, पण असे असून देखील दोन्ही मुलांनी आपले ग्रॅज्युएशन करून मॅनेजमेंटचे शिक्षण घेतले

तिने लग्ना नंतर, म्हणजे आमचा पहिला मुलगा झाल्यावर, महाविद्यालयीन शिक्षण पुढे सुरु केले. मुंबई महाविद्यालयाच्या पत्रव्यवहार अभ्यासक्रमातून तिने इंटर आर्ट्स करून बी.ए.चा अभ्यासक्रम सुरु केला आणि मुलांपुढे एक आदर्श ठेवला.

आज मी माझे हे पुस्तक आपुलकी आणि प्रेमाने माझ्या पत्नीच्या नावे समर्पित करीत आहे!

Acknowledgement

As such, many people, directly or indirectly, have helped me in writing this book. It all starts with my mother, who instilled in me love for reading. Again my sisters made good books, especially in Marathi, available to me at very early stage in my life. They introduced me to some very good and renowned writers of Marathi literature. There were personalities like Comrade Ms Tara Reddy , Mr. Hamid Dalvai and many others, who would often visit our place to have discussions on various subjects with my eldest sister, who is writer and journalist of repute. Their topics of discussion were interesting and their command over Marathi language impressed my young mind, may be more so because of my schooling in an English medium. Thus many people had their hands, directly or indirectly in grooming me as such. But all this about Marathi making an impact on me.

However, the special efforts of a few of them needs mentioning over here.

To begin with, Mahesh Kothare, who needs no introduction being a well- known personality, has agreed to pen the foreword for this book, despite his tight and busy schedule. Mahesh Kothare is an actor, film director and producer of Marathi and Hindi films. He has worked in Indian cinema from a young age and acted in well-known Hindi and Marathi movies. Now he has become big name on small screen as well. His 'Jai Malhar' (Kothare Vision Production) जय मल्हार), <u>Marathi</u> mythological TV series ran for many episodes and It is first Marathi show to be dubbed in Non-Indian language it is dubbed in Thai language of Thailand as Jay Martand on Zee Bing. His Vithu Mauli (विठू

माऊलीं)is a huge success and has gained a lot of popularity and love of the audience.

First of all it was my cousin, Kiran Kothare, who encouraged me to write in the first place, after reading some of my WhatsApp messages to him and some of my initial blogs; especially in Marathi, asking me to get my articles published. He has often done critical appreciation of my work and not just that 'wah, wah' stuff.

I do appreciate the tough and tedious work of editing done by wife and then there is my daughter, Maithili, who copied the entire manuscript (in Marathi) and having it pasted on the book template of the size 5"X 8" despite her busy schedule and having to take care of her one and half year old son.

Last but not the least important person is the late, Pradeep Kothare. He introduced me to Prabhu Tarun magazine, almost pleading to write for the magazine, where my first article in Marathi was published years back and now I have become their regular writer. After reading my articles in Prabhu Tarun, late Ms Vadana Pramod Navalkar had requested me to write for her Prabhu Prabhat magazine as well and only one of articles did get published there, before Ms Navalkar passed away. Had she been alive today my association with that magazine would have flourished.

आभार

तसे पाहता प्रत्यक्षपणे किंवा अप्रत्यक्षपणे अनेक लोकांचे हात माझ्या पाठीशी असल्यामुळेच हे पुस्तक लिहिणे मला शक्य झाले. मी माझ्या आई पासून सुरुवात करतो. आईनेच आम्हा सर्व भावंडांना वाचनाची आवड आणि गोडी लावली आणि नंतर ती माझीआवड माझ्या बहिणीनी जोपासली. मला चांगली पुस्तके, विशेष करून मराठी पुस्तके, मिळू लागली आणि माझ्या सारख्या इंग्रजी (माध्यम) शाळेत शिकत असलेल्या मुलाला, आचार्य अत्रे व पु..ल. देशपांडे ह्यांच्या सारखे दिग्गज आणि उत्तम मराठी लेखक आणि मराठी साहित्याचा परिचय झाला.

माझी सर्वात मोठी बहीण एक चांगली पत्रकार आणि नावाजलेली लेखिका असल्यामुळं आमच्या घरी मोठमोठ्यांची वरदळ असायची, आणि त्यांची वेगवेगळ्या विषयांवर चर्चा होत असत. त्या वेळी मी कॉलेजात होतो. कॉमोरेंड तारा रेड्डी ह्यांची साधी राहणी आणि हमीद दलवाई ह्याचे मराठीवर असलेले प्रभुत्व; ह्या सर्व गोष्टींचा माझ्यावर आणि माझ्या भाषेवर नक्कीच प्रभाव पडला असणार. आपण काही लिहावे असे मला वाटलेही नव्हते. निबंध लिहिणे किंवा कोणाला निबंध लिहिण्यास मदत करणे इतकेच माझे लिखाण मर्यादित होते. पुस्तक लिहिण्याचे खूळ डोक्यात आले नव्हते.

पण ज्यांची मला विशेष मदत लाभली आहे त्यांचे आभार तर मानायलाच हवेत !

मी प्रथम सुरुवात करतो आमच्या महेश पासून. तसे महेश कोठारेंना कोण ओळखत नाही? लहानपणी एक चाईल्ड ऍक्टर (बाल कलाकार) म्हणून मराठी आणि हिंदी चित्रपट सृष्टीत आलेले

महेश आज ते सिने वर्ल्ड मधली मोठी हस्ती आहेत- उत्तम कलाकार, दिग्ग्ज दिग्दर्शक आणि जाणकार निर्माते! एवढेच नाही तर आज त्यांच्या 'जय मल्हार' आणि ' विठू माऊलीं सारख्या मालिकांना प्रेक्षकांनी चांगलाच प्रतिसाद दिला. ऐकिवात आहे की 'जय मल्हार'चे रूपांतर थायलंडच्या थाय भाषेत झाले आहे आणि 'जय मारतंड' नावाने 'झी बिंगवर' गाजली. आपले इतके व्यस्त वेळापत्रकअसून सुद्धा माझ्या ह्या पुस्तका करिता प्रस्तावना लिहिण्यास तयार झालात हेच मी माझे भाग्य समजतो.
धन्यवाद !

नंतर येतो तो म्हणजे माझा मावस भाऊ, किरण कोठारे त्यानेच मुळात मला मराठी लिखाण करण्यास प्रोत्साहित केले. आम्हा दोघांची व्हाट्सअँपवर चॅट्टींग चालते. तसेच ईमेलची देवाण घेवाण होत असते. माझ्या इंग्रजीत लिहिलेल्या लेखांवर तो आपला अभिप्राय देत असतो. एकदा त्याने मी काही मराठीतून लिहिले होते आणि त्याने मराठी लेख लिहिण्याचे सुचविले. माझे काही मराठीतले लेख आणि ब्लॉग वाचून त्याने ते लेख प्रसिद्ध करण्याचे सुचविले. अभिप्राय देतांना तो खोटी स्तुती करीत नाही, उगाचच 'वाह वाह ' न करता रोकठोक मत व्यक्त करतो.

माझ्या पत्नीने केलेलं संपूर्ण पुस्तकाचे एडीटींग केले आहे आणि ते सुद्धा घर सांभाळून. ह्या बद्धल तिचे कौतुक करणे आवश्यक आहे. पुस्तककाची मॅनुस्क्रिप्ट कॉपी करून ५" X 8" पुस्तकाच्या टेम्प्लेटवर पेस्ट करण्याचे किचकट काम माझी मुलगी, मैथिलीने एका रात्रीत केले आणि ते सुद्धा आपल्या दीड वर्षाचा मुलाला सांभाळून !

मी शेवटला उल्लेख करतो एका महत्त्वाच्या व्यक्तीचा, ती म्हणजे माझे स्नेही कैलासवासी प्रदीप कोठारे. त्यांनी त्यांच्या प्रभू तरुण ह्या मासिकात लिहिण्याची मला विनंती केली, गळच

घातली. मी त्यांचे हे आमंत्रण स्वीकारून मासिकासाठी लिहू लागलो आणि आज त्यांच्या साठी नियमित लिहितो. माझे काही त्या मासिकातले वाचल्या नंतर कै. श्रीमती वंदना प्रमोद नवलकर ह्यांनी मला त्यांच्या प्रभू प्रभात मासिका करिता लिहिण्याची विनंती केली. त्यांच्या विनंतीला मान देऊन मी एक लेख लिहिला. पण तो माझा त्यांच्या साठी शेवटचा लेख. वंदना वहिनींचे देहावसान झाले. त्या हयात अस्त्यातर मी आजही प्रभू प्रभात करीता लिहीत असतो.

चुकून माकून माझ्या कडून कोणाचेही आभार मानण्याचे राहून गेले असेल तर चूकभूल माफ करावी

FOREWORD / प्रस्तावना

विनय त्रिलोकेकर म्हणजे माझा विनय दादा. माझा सख्खा आते भाऊ माझ्या पेक्षा ७ वर्षांनी मोठा असुनही माझा बाल मित्र. शाळेला सुट्टी पडली की हमखास विनय दादा आमच्या घरी रहायला. म्हणजे माझा तसा आग्रहच नव्हे तर हट्ट असायचा. आम्ही खूप खेळायचो. पण त्याहून मोठी धमाल म्हणजे विनय दादा च्या गोष्टी. त्याची गोष्टी सांगायची स्टाईल अगदी विलक्षण.अक्षरशः डोळ्या समोर तो चित्रच उभं करायचा. आणि त्यातून त्या गोष्टी थरारक! अधिकतर भूतांच्या! मग काय, नुस्ती धमाल. कदाचित गोष्ट सांगण्याची ही शैली त्याने त्याच्या आई कडून म्हणजे माझ्या आत्या कडून घेतली असावी. कारण मला आठवते, ती सुद्धा खूप छान गोष्टी सांगायची.

विनय दादाच्या गोष्टींचं एक वैशिष्टय होतं. संपूर्ण कथेत ठराविक अंतरानी एक विलक्षण पंच असायचा. आणि तो पंच केव्हां येईल हे मात्र प्रेडिक्ट करणं अशक्य होतं. आणि म्हणूनच कदाचित आम्ही त्या ऐकताना इतके मंत्रमुग्ध होत असू. आता हीच शैली कायम ठेऊन, किंबहुना त्यात अनेक वर्षांच्या अनुभवाची भर पडल्या मुळे उत्कंठा कमालीची शीगेला नेण्याची क्षमता असलेला २ भागांचा हा संग्रह त्याने लिहला आहे. माझा विश्वास आहे की वाचकांना हा संग्रह तितकाच प्रभावित करेल जितका मी प्रभावित झालो आणि माझ्या बालपणीचे ते थरारक क्षण वाचक सुद्धा अनुभवतील.

मनःपूर्वक शुभेच्छा!
महेश कोठारे

अनुक्रमणिका

भाग १- अद्भुत गोष्टींचा संग्रह

भाग १

अदभुत गोष्टींचा संग्रह

१.] भूतांच्या गोष्टी - - तीन अनुभव

प्रस्तावना (Preface)

मला इथे भूतांचे अस्थित्व सिद्ध करायचे नाही. भूत असतात किंवा नसतात ह्या वादातही शिरायचे नाही. पण काही लोकांना आलेले अद्‌भुत अनुभव मी येथे फक्त मांडत आहे. त्यांना आलेल्या अनुभवांना काही शास्त्रीय स्पष्टीकरण किंवा साधी कारणेही असू शकतील. कदाचित असेही असेल की हे सारे त्यांच्या बाबतीत घडत असतांना, ही मंडळी सरळ आणि नीट विचार कारण्याच्या मनस्थितीतही नसतील. आणि त्यावेळी वाटणारे गूढ आता एक साधे सत्य म्हणून समोर आलेही असेल.

माझ्या आईला वाचनाची फार आवड होती. तसेच चित्रपट बघणे आणि नंतर एखाद्या पुस्तकातील किंवा पाहिलेल्या सिनेमाची आम्हा सर्वांना गोष्ट सांगणे हा तिचा आवडीचा छंद. ती गोष्टी अतिशय सुंदर आणि आपल्याच एका स्वतःच्याच शयलित सांगत असे. बाबुराव अर्नाळकरांच्या रहस्य कथेतील धनंजय छोटू किंवा काळा पहाडच्या करामतींचे वर्णन वाचण्या पेक्षा आईच्या तोंडून

ऐकणे फारच चांगले वाटायचे. गोष्टीतील बारीकसारीक गोष्टी तिच्या नजरेतून कधिच सुटत नसत,लहान - मोठे प्रसंग असो की मग गोष्टीतील लहानलहान पात्रांची नावे सर्वे काही इत्थंभूत अगदी नोकरा पासून मालका पर्यंत सर्वांचीच ! तिच्या बरोबर पौराणिक चित्रपट बघण्यास फारच गंमत येई. सिनेमातील देव देवियाना ती तर पाया पडायचीच पण मला देखील तसे करणे भाग पडायची. त्रिलोक कपूर (शंकर) व निरुपा रॉय (पार्वती) ह्यांना मी जेवढ्या वेळा नमस्कार केला असेन तेवढ्या वेळा त्यांच्या मुलांनी नक्कीच केला नसेल. एवढेच नव्हे तर गोकुळ अष्टमी एखाद्या फ्लोट मध्ये जरका देवदेविका असल्याच तर नमस्कार करण्या वाचून गत्यंतर नव्हते. गोष्ट सांगण्यात तिचा हातखंडा होता मग ती एखादी सत्य घटना असो किंवा कल्पनिक गोष्ट अगदी रस घेऊनसांगायची.

ज्या प्रमाणे तिची देवावर श्रद्धा आणि विश्वास त्या प्रमाणे भूतखेतांवर देखील. आणि जेंव्हा जेंव्हा आई तिने किंवा तिच्या वडिलांनी अनुभवलेल्या (भूततांखेच्या) घटनांच्या गोष्टीसांगे तेंव्हा माझी बहिण, शिभानी (शुभा) व मी, आईला अक्षरशः बिलगून बसत असू.ह्या प्रमाणे आई गोष्टीला सुरूवात करीत असे,

"आम्ही सारे,आई- बाबा आम्ही सहा बहिणी आणि दोन भाऊ - किशोर जन्माला आला नव्हता, तेंव्हा गोन्डलला राहत होतो. आमच्या बाबांची तेथे रेल्वेचे (Chief Engineer) मुख्य इंजिनीअर म्हणून नेमणूक झाली होती. आमच्या बाबांनी गोन्डलला विजेची लाईन (Electricity Line) पोहचविली
.@ (हे सारे छाती फुगवून सांगत असे)----"

[@ शहानिशा करू शकलो नाही. असो!]

आईच्या पद्धतीने सांगणे कठीणच आहे,तिची गोष्ट सांगण्याची लकब माझ्यात नक्किच नाही. तेंव्हा आईने सांगितलेल्या

दोन गोष्टी वाचकांपुढे ठेवण्याचा हा माझा एक प्रामाणिक प्रयत्न:

१.) शंकराचे मंदिर आणि पांढरे शुभ्र पिशाच

रात्रीचा समय होता. पार मध्य रात्र उलटून गेली होती. महादेवराव नेहमी प्रमाणे शंकराच्या देवळांत जात होते. नेहमीच इतकाच उशीर होत असे रेल्वे वर्क शॉप मधून काम आटपून, घरी जाणे, जेवण उरकणे,स्नान करून मग निघणे तेंव्हा उशीर होणे सहाजिकच. देऊळ गावाच्या वेशीवर होते. आजची रात्र काही वेगळी अशी नव्हती. गेले कित्येक महिनेमाधवरावांचा नाईट रुटीन' म्हणज नित्यक्रम असावयाचा.

मात्र गेले काही दिवस हातात कंदील घेण्याची गरज भासत नव्हती .त्यांच्या स्वकष्टाने आणि राजे सुरेन्द्रेन्द्रांच्या आशीर्वादाने, त्यांच्या घरापासून ते थेट मंदिरापर्यंत जाणारी पाउल वाट दिव्यांच्या झगमगाटाने प्रकाशीत झालेली होती. प्रत्येक दहा फुटाच्या अंतरावर उंच उंच विजेच्या दिव्यांचे खांब पसरले होते आणि त्या दिव्यांच्या प्रकाशा मुळे झाडा-झुडुपांच्याचित्र विचित्र सावल्या पडल्या होत्या.

तुमच्या आमच्या सारखे भितिने पार गळून पडले असते. पण माधवराव होते अतिशय धीट खंबीर मनचे. 'भय' हा शब्द त्यांच्या शब्द-कोशांत नव्हता.

.

हां हां म्हणता त्यांनी घरापासून बरेच अंतर कापले होते व ते वडवृक्षं देखिल पाठी सोडले होते. आणि त्यांची खात्री होती. 'ते' थोड्याच वेळात आपल्या बरोबर येउन आपल्याशी बोलू लगेल.

'ते' म्हणजे होती एक योनी -एक पिशाच -एक पांढरशुभ्र पिशाच.

होय, वडाच्या झाडावरून ते पिशाच एखाद्या श्वापदा प्रमाणे फटाफट सरपटत खाली उतरून वेगाने त्यांच्या दिशेने झेप घेत होते.
हे सर्व महादेवरावांनी चोरट्या नजरेने पाहिले म्हणण्या पेक्षा ताडले होते. मान वळवून पाठिमागे बघण्याची गरजच नव्हती. हा सर्व प्रकार नियमित घडत होता. ती पंढरी सावली, नाही, आकृती त्यांच्या बरोबर चालुलागली. आणि मग पिशाच बोलुलागले,

" अरे मादवा "

(भूत देवाचे नाव कसे उच्चारणार? आणि माधव म्हणजे शंकर, नव्हे का? असे काहीसे ते आपल्या लाडक्या मुलीस समजावित.)

"तुला किती वेळा समजावयाचे? ही जागा चांगली नाही तुला धोका आहे. अश्या रात्री- अपरात्री फिरणे तुझ्या हिताचे नाही."

माधवांचे आपले नेहमीचेच उत्तर,

"आपल्या शिवाय इथे दुसरे आहेतरी कोण? आणि आपल्या कडून मला धोका नक्कीच नाही, हे माहित आहे. तुम्ही तर माझे रक्षण करते! घरात आणि देवळात शंकर भगवान काळजी असता!"

"मादवा, तूला समजत कसे नाही - आमच्या सारखे म्हणजे आमच्या योनितिल काही जण अतिशय दुष्ट आहेत व त्यांचा वापर करतात तुमच्या पैकी काही वाईट माणसे आणि जादूटोणा भानामती सारखे अघोरी प्रकार घडवतात. बरे, माझी हद्द इथवरच. मी येथे थांबतो. आता तू मंदिरात जा. मी तुझी वाट बघत थांबतो, जा लवकर परत ये."

देवळाच्या अंगणाचे फाटक उघडून माधवरावांनी देवळा पुढील

अंगणात प्रवेश केला. बाहेरील नंदीस नमस्कार करून मंदिरात ते शिरले. त्यांना कसलिच घाई करावयाची नव्हती. सोबत आणलेल्या तांब्याच्या लोट्यात्ल्या पाण्याने शंकराची पिंड हळुवार धुवू लागले. सवई प्रमाणे ते, तो लोटा आपल्या हातात घट्ट पकडीत, आणि त्या घट्ट पकडी मुळे हाताला वेदना होत. पण त्या वेदनांन कडे त्यांचे कधीच ध्यान नसायचे. अशी होती त्यांची शिव - भक्ती!

त्यांना ती रात्र आठवत होती पिशाचा बरोबर होणारी त्यांची ती मुलाखत - त्यांचे ते दचकणे व लोटा हातातून निसटणे - सर्व. आणि सवय होऊन बसली - लोटा घट्ट पकडण्याची.

ते आपल्या मनातल्यामनात हसले- स्वतःचेच हसू आले.

पिंड धुऊन झाल्यावर सोबत आणलेले दही व बेल पिंडीवर वाहून 'शिव-लीलामृत' वाचण्यास सुरवात केली. नंतर डोळे मिटून प्रार्थना केली.

हे सारे आटपून ते एकदाचे देवळा बाहेर आले. ज्या ठिकाणी पिशाच्याची रजा घेतली होती त्याच जागेवर पिशाच त्यांची वाट बघत थांबले होते.

"मादवा, आज तू फार उशीर केलास. नेहमी पेक्षा जास्त, नाही का?"

" नाही! तेवढाच! पण आपण का थांबतात माझ्यासाठी? गरज नाही. मी माझा समर्थ आहे. माझा शंभूनाथ आहे माझे रक्षण करण्यास."

"अरे, आहेत की काही माणसे तुझ्या वाईटावर. मी तुझे रक्षण केवळ माझ्या हद्दी मध्ये करू शकतो. आम्हाला काही मर्यादा आहेत. आम्हाला देखिल वेळ आणि काळाचे बंधन असते. तुला

आयुष्यभर मी पुरणार नाही, मग नंतर तुझे कसे होणार?"

त्या वट वृक्षा पर्यंत आता ते पोहोंचले होते.

"मी झाडा पलिकडे येऊ शकत नाही. सुखरूप पुढे जा, मी सांगतो त्याचा विचार कर आणि असा रात्रीअपरात्री येऊ नकोस."

एवढे बोलून पिशाचाने माधावांचा निरोप घेतला. माधवरावांनी मौन राखले. जसे आले होते तसेच वडाच्या झाडावर गेले.

हे असे दोघांचे एखमेकां बरोबरचे संबंध किती काळ राहीले महीने, वर्ष - देव जाणो.

एक दिवस महादेवराव रेल्वे इंजिनातून इलेक्ट्रिक कॅबल घालित असलेल्या कामाची देखरेख किंवा कोणत्यातरी यंत्र बसवण्याची पाहणी करीत असताना त्यांचा तोल सुटला. ते इंजिना बाहेर फेकले गेले आणि एका खड्ड्यात पडले. हा खरोखर एक अपघात होता का आणखी काही? त्यांना कोणी ढकले तर नसेल? का कोणी अघोरी विध्येचा प्रयोग केला? देव जाणो!

सर्व माधवरावांचे कुटुंब गोंडल सोडून तातडीने मुंबईस रवाना झाले. माधवराव गोंडल मध्येच वारले की मुंबईत - हे ही कोणास ठिकसे माहित नाही. पण सारे मुंबईत आले एवढे मात्र खरे!

विचारणार तरी कोणास? ९ मुलांपैकी २ आज हयात आहेत - बहिण व भाऊ दोघेही नव्वदीच्या घरात. त्यांच्या कडे विचारणा करणे योग्य वाटते का?

२.) लक्ष्मी निवास - एक शापित घर?

धुंडीराज आज अतिशय आनंदात होते. एक फायद्याचा सौदा त्यांनी साधला होता. एका ८५0 चौ. यार्ड प्लॉटची खरेदी केली होत आणि ती सुद्धा मुंबईत - भालचंद्र रोड, हिंदु कॉलोनी, दादर. प्लॉटच्या मध्ये होते एक दुमजली सुंदर इमारत - लक्ष्मी निवास! इमारतीत होते सहा आलिशान दालने - सदनिका (फ्लॅट्स), प्रत्येक मजल्यावर दोनआणि इमारतीच्या डोक्यावर एक भली मोठी गच्ची. इमारतीचे नक्षीदार द्वार साग लाकडाचे आणि सागाच्याच चौकटीत मध्ये बसविले होते हे द्वार दोन भल्या मोठ्या नक्षीदार खांबानी या चौकटला आधार दिला होता. हे खांब इमारतीला एका किल्ल्याचा आभास देत होते. लक्ष्मी निवासाच्या चोहीकडे होता सुंदर बाग आणि बागेत होती अनेक झाडे - पपया, नारळ, शेवगाच्या शेंगा , तसेच बरीच फुल झाडे. बागेच्या सभोवती ५ फुटाचे दगडी कुंपण आणि कुंपणाला नक्षीदार लोखंडी दार.

धुंडीराज व त्यांचे कुटुंब तळ मजल्याच्या दोन दालनाचे रुपांतर झाले एका सदनिकेत. सर्व - अप्पा (स्वतः धुंडीराज), ताती (त्यांची पत्नी), नव- विवाहित मुलगा, बाळाराम आणि सून, अलक- किशोरी, असे सारे राहू लागले एकत्रित.

एक-दोन वर्षे गेली. एक गोंडस नात झाली. मग एकाच्या झाल्या दोन. वाटत होते सर्व काही छान चालले आहे. पण खरेंच असे होते का? ताती अचानक आजारी झाल्या. काय आजार आहे हे समजत नव्हते. त्यांचे सर्व अंग फोडानी भरले होते. डॉक्टर निदान करू शकत नव्हते. दरम्यान अलकला सारखे वाटायचे काहीतरी

वाईट घडत आहे.

कोणतातरी सूचक संकेत ? अंतर्ज्ञान आता काहीतरी वाईट घडणार! आपल्याला मिळत असलेल्या संकेता बद्धल व आपल्याला वाटत असलेल्या भीती बद्धल ती आपल्या पतिस वारंवार सांगत असे. पण बाळ प्रत्येक वेळी दुर्लक्ष करी. आणि ज्या वेळी ताती आजारी झाल्या त्या वेळी अलक जणू आपल्या नजरेनेच बाळला सांगत होती,

"मी तुम्हाला सांगत होते ना?" सा

पण बाळचे एकच उत्तर, *"केवळ योगायोग!"*

मिळणारे धोक्यांचे संकेत वाढू लागले. अलकला असे वाटुलागले की आपल्यावर कोणाची नजर आहे खिडकीतून कोणीतरी आपल्याला भेदक नजरेने बघत आहे. आता ही तिला असाच आभास झाला. खिडकी पडदे बाजूला सरकले कोणी मुद्धाम सरकवले तर नसती? तिने खिडकी बाहेर न्याहाळले पलीकडे, पारिजातकाच्या झाडामाध्ये ते लाल भडक डोळे! ती काहीश्या वेगातच खिडकीपासून दूर गेली. परत एकदा बाहेर डोकावूया असा विचार करून ती खिडकीपाशी गेली, पण तिने पडदे पूर्ववत बंद केले आणि खिडक्याही धाडकन बंद केल्या. आता भासआभासा पुरते राहिले नव्हते, काहीतरी नक्की आकार घेत होते.

हा एक मनाचा खेळ नक्कीच नव्हता --- काहीतरी 'physical' --- भौतिक ---काहीतरी भयानक ---आता तिला काही गोष्टी दिसू व ऐकू येऊ लागल्या. झाडा मागून एखादी सावली आपल्या खिडकीपाशी धाव घेताना धावत पावलांचा आवाज ऐकू येऊ लागला. काही दिवस गेले.

दरम्यान तातींचा आजारही फारच वाढला आणि त्यांचे निधन झाले
.घडत असलेल्या घडामोडी चालूच राहिल्या.
नंतर असे घडले ----

अलक आपल्या खोलीत एकटीच होती . तिच्या तिन्ही मुली (तिसरी
मुलगी काही महिन्यांपूर्वी झाली होती) अप्पांच्या खोलीत होत्या.
'विरधवल' कादंबरी वाचता-वाचता डोळा कधी लागला हे तिला
समजलेच नाही. ती गाढ झोपी गेली. अचानक ती जागी झाली.
पण ती डोळे उघडू शकत नव्हती.

"अहो, माझ्या डोळ्यावर तुमचे हात, काढा हो." बाळाराम घरी
आले वाटते, तिच्या मनी आले. *" काढा, हो."*

पण हात काही दूर होईनात. डोळ्या वरील पक्कड अधिकच घट्ट
होऊ लागली. बाळारामांचे हात इतके थंड? घामाने असावेत. तिने
आपले स्वतःचे हात वर करीत बोटांना स्पर्श केला ---
हात आणखी वर करत --- मनगट ---आणखी वर ---
हे काय, एवढे केसाळ --- अरे देवा!'हे' असूच शकत नाही!
मी खोलीचे दार आंतून लावले मग बाळाराम कसे असतील?
हळूहळू तिच्या ध्यानी येऊ लागले. भरभरून घाम फुटला, ती
ओरडू पाहत होती पण घश्याला कोरड पडली. तरीही कशी-
बशी ती ओरडलीच, **"भूत!!!"**

अलकच्या त्या किंकाळी मुळे म्हणा किंवा खोली बाहेरील गोंगाट -
आरडाओरडी मुळे म्हणा, 'जे' काही-कोणी होते 'ते' अदृश्य झाले.
पण बाळचे मात्र एकच पालुपद,

"तुला वाटणारा हा एक मनाचा खेळ आहे."

पण हे सारे अलकच्या बाबतीतच घडत होते का? नाही !

होती एक संध्याकाळ. अलकची सर्वात मोठी मुलगी, पुष्पा आपल्या मित्रपरिवारा बरोबर बाहेर अंगणांत खेळत होती. सहज तिची नजर एका व्यक्ती कडे वेधली गेली.कुंपणाच्या भिंतीवर बसून तो त्यांच्या बेडरूमच्या खिडकीकडे टक लाऊन पाहत होता. त्याचे लाल, लाल डोळे, केसाळअंग, डोक्यावर लांब पिंजारलेले केस, भीतीदायक चेहरा - सारे भीषण विक्षिप्त ! अमानवी! अचानक त्याने उडी मारली ---झूम- सूर --एखाद्या वाऱ्याच्या आंधी प्रमाणे इमारतीच्या द्वाराकडे झेपावला. आणि हे काय!

"अग कुंदा, पाहिलेस का? तो माणूस त्या समोरील खांबात शिरला न ग."

"कोणता माणूस? मला नाही दिसले. काय ग मुलींनो, तुम्हाला का ही दिसले का?"

"नाही!", सर्वजणी एकदम ओरडल्या. तिलाही भास झाला असेल का? पुष्पाच्या अगदी जवळून धावत जाणाऱ्या त्या अमानुष व्यक्तीला तिच्या व्यतिरिक्त कोणीच कसे बघितले नाही? पण तिने झालेला प्रकार आपल्या आईस सविस्तर सांगितला.

इस्सेल ही एक यहुदी (Jew)बालिका. नुकतीच यौवनात आलेली मुलगी, ती जवळच राहत असे. भालचंद्र रोडवरच तिचे घर होते. दोन परिवारांचा घरोबा होता. तिचे त्यांच्या कडे येणे-जाणे स्वाभाविकच. पुष्पाचा तिला फार लळा. पुष्पा आणि इस्सेल मध्ये ५ ते ६ वर्षाचा फरक असेल. अलक कामात असावयाची तेंव्हा इस्सेल पुष्पा व तिच्या इतर दोन लहान बहिणींचा सांभाळ करावयाची. काही खरेदी करणे असो, कोठेही जाणे असो मग इस्सेलला अलकाची व अलकला तिची गरज लागावयाची.

अश्याच एका सायंकाळी अलक व इस्सेल घरी येत

होत्या. इस्सेलचे वडील आजारी होते. त्यांच्यावर के. ई. एम. हॉस्पिटलमध्ये उपचार चालू होते. ते उपचारांना चांगलाच प्रतिसाद देत होते, हे इस्सेलला खुद्ध डॉक्टरांनी आजच सांगितले आणि एक दोन दिवसात त्यांना डिसचार्ज मिळणार ह्या आशेने इससेल आनंदित होती. तिच्या वडिलांना बघूनच त्या दोघी येत होत्या.

"माझे पपा लौकर घरी येणार! अलक-
ताई आता खूप बरे वाटते."

"तुझा देवावर विश्वास आहेना - मग त्याच्यावर भिस्त टाक."

दोघी बोलण्यात मग्न होत्या. टिळक ब्रिजच्या पायथ्या पाशी कधी येउन पोहोचलो हे त्या दोघींना कळाले नाही. रात्रीचे ८ वाजले असावेत - सर्वत्र शुकशुकाट होता - सारे सामसूम, रस्त्यात चिटपाखरू नव्हते. हिंदू कॉलोनी गल्ली १ आली, दुसरी आली, तिसरी गल्ली पाठी गेली एकमेकींचे हात हातात घेऊन दोघीही झटपट पाऊले उचलीत घराच्या दिशेने येऊ लागल्या.

आज हा परिसर फार गजबजलेला आहे, रस्तोरस्ती विजेच्या दिव्यांचे खांब थोड्या-थोड्या अंतरावर पसरलेले दिसतात. पण त्या काळी तसे नव्हते.

रस्त्यावर विजेचे दिवे नव्ह्ते. होतेते बॉम्बे ग्यासचे मिण मिणते दिवे आणि दिव्यांच्या खांबातील अंतरही फार. त्यांत हिंदू कॉलोनीत झाडे देखील बरीच. मग दिवसाही तसा अंधारच तेंव्हा रात्रीचे काय विचारता? दोघींच्या एकमेकींच्या हाताची पक्कड अधिकच घट्ट झाली. भालचंद्र रोडच्या नाक्यावर आल्या.

डावीकडे वळणार इतक्यात अलकचे लक्ष वळणावरील वाड्याच्या बंधावर बसलेल्या माणसाकडे आपोआप खेचले गेले.

तो इसम अमानवी वाटत होता. तो त्यांच्याकडे रागीट व खुनशी नजरेने बघत होता.

आणि काही क्षणात त्याने झेप घेतली.

"इ---स---से ल, चल धाव! इससेल पळ तो आला!",

अलक जोरात किंचाळली आणि इससेलचा हात झटकून अलक स्वतःच्या वाड्याच्या दिशेने पळू लागली. पाठीमागुन धावण्याच्य आवाज ऐकू येत होता.इससेल आपल्या मागून पळत असावी असे अलकने गृहित धरले. बाळाराम दारातच होते. तरीही घराचा दरवाजा बंदकेल्यावर काहीसे बरे वाटले आणि जीवात जीव आला. अलकची खात्री होती इससेल देखीलआपल्या घरी सुखरूप गेलीच असणार! दोघी एकदमच धाऊ लागल्या आणि तिचे घर अगोदर येणार, मग ती जरूर अगोदरच पोहोचणार. मात्र तसे घडले नाही. काय झाले असावे?

इससेल सकाळीच त्यांच्या घरी आली. ती अतिशय घाबरलेली होती. अलकने गोंजारत-गोंजारत विचारले,

"काय ग इस्सू झाले तरी काय? बरे वाटत नाही? काय होत आहे?"

"अहो पुष्पाची आई, कालचा तो माणूस -अहो, तो मनुषच नव्हता."

"काय म्हणतेस"

"होय हो, तो माणूस नव्हता. मला त्याने घेरले आणि दटावून विचार ले, ' अग कारटे, माझ्या वाटेत का आलीस? आता भोग त्याचे परिणाम. मी त्या घराच्या मालकीण बाईच्या पाठीमागे होतो. तू मध्येआडवी आली नसतीस तर मी माझा डाव साधला असता. तुला माफी नाही!' आणि तो एकदम नाहीसा झाला. चक्क हवेत!"

अलकने ही घटना बाळारामांच्या कानी घातली.

"Essel, don't worry. Today evening I shall accompany you two. We shall go together. Your papa is getting discharged in a day or two, isn't he? Anyway I wanted to see him. Forget about yesterday's incidence. Probably it must be imagination of you two – you and Pushpa's mom."

बाळारामने तिला काहीसे समजाविले. पण आता त्यांना शंका येऊ लागल्या

"Thank you Pushpa's Baba"

"'Thank You', कसले तू मला मुली सारखीच. संध्याकाळी जाऊ."

ठरल्या प्रमाणे बाळाराम दोघींसोबत हॉस्पिटलात गेले. पीटर नाझरेथ (इससेलचे वडील) ह्यांच्या बरोबर चांगल्या गप्पागोष्टी झाल्या. डॉक्टरही भेटले. आज शनिवार असल्या मूळे सोमवारच्या डिस्चार्जचे नक्की झले. पण तसे घडवायचे नव्हते.

रविवारी बाळारामला फोन आला,

"आप मिस्टर पीटर नाझरेथ जानते होना? आपके मित्र है? बराबर? उनकी तब्येत थोड़ी ख़राब है, तुरन्त उनकी लडकीको लेकर आजाना।"

तिचे वडील इससेल बरोबर शेवटी बोलूही शकले नाही. ते सारे इस्पितळात जाण्याच क्षणी पीटर मरण पावले. अचानक असे काय घडले की एक माणूस उपचारांना चांगला प्रतिसाद देत असताना तडकाफडकी मरतो? डॉक्टरना देखील नवल वाटत होते. मृत्यूचे कारण सांगितले गेले मेंदूत रक्तस्त्राव! पण ब्लड प्रेशर (B.P) नॉर्मल, मुधुमेह नाही, टेन्शन नाही. आता मात्र बाळाराम

वेगवेगळ्या शक्यतेंचा विचार करू लागले. उपाय शोधू लागले. तांत्रिकमांत्रिकावर त्यांचा विश्वास नव्हता, पोलिसात जाणे अलकला मंजूर नव्हते आणि घरसोडणे आप्पांना मान्य नव्ह्ते. मग ह्यावर तोडगा काय? असे ठरले सत्य नारायणाची पूजा घालणे. पूजा व्यवस्थीत पार पडली.

भयानक असे काही नघडता काही काळ लोटला. सर्व ठीक होते. परिवारही वाढला होता. चौथी मुलगी जन्माला आली. अलक लहान बाळाला घेऊन घरी आली. आता अलकला त्रास होण्याचे बंद झाले होते. काळभैंरवच्या देवळातून नाडा आणून सर्वांच्या मनगटांवर बांधला तेसेंच व्रज्रेश्वरीचा अंगारा नेहमी सर्व लावू लागले अप्पा मात्र हे मानीत नव्हते. नाडा- अंगारे ह्यांना अप्पांचा नकार.

शेवटी घडाचे तेच घडले. अप्पा आजारी झाले. आजाराची लक्षणे तीच - तातीना होती तीच - तापानेअंग फणफणे आणि फोडानी अंग भरून जाणे. आता बाळाराम मनातून अतिशय घाबरले . घर सोडण्याचा निर्णय योग्य वाटू लागला.

हो नाही करता करता आपा घर सोडण्यास राजी झाले. आणि सर्व – अप्पा, बाळा, अलकव चार मुली
(अजून मुलाचा, म्हणजे माझा जन्म होणे बाकी होते) - असा सारा परिवार, अश्या रीतीने दादरचे घर सोडून ठाकुरद्वार येथे भाड्याच्या घरात राहू लागले.

अप्पा आजारांतून उठू शकले नाही. बाळारामांचा अंत झाला. त्या घराच्या बाबतीत फसगत झाली. म्हणतात न,
' जे होते ते चांगल्याच साठी!'

काही काळा नंतर आणि कोर्ट- कचेरी करीत-करीत घर-मालकीचे हात बदलले. औट ऑफ कोर्ट सेटेलमेंट करून नवीन मालकाने दोन माजले वाढविले. प्रॉपर्टीची कागद-

पत्र खिशात तर टाकली, पण आनंद किती काळ मिळवला
-
देव जाणो. काही वर्षांनी नव्या मालकाचा मोठा मुलगा मला भेटला
.
"पिताजी कैसे है?," मी विचारले.

"वो कबके गुजर गये"

"माताजी?"

"बिमार है - समजता नही क्या हुआ है- डॉक्टरभी परेशान है -
There are blisters all over her body *- पुरे अंग पर फोडी!"*

ह्या त्याच्या वाक्याने माझ्या अंगावर शहारा आला
आणि मनात एक शंका आली -
घर शापित तर नसेल? आपणच ठरवा.

३.) मी पाहिलेले भूत - पिल्लाजीच्या आजीचे!

पहिल्या मजल्यावर पहिल्या खोलीत राहतात जाधव. पिल्लाजी हा जाधवांचा सर्वात धाकटा मुलगा. त्यांच्या घरच्या कोणासही संबोधित करावाचे असेल किंवा कोणा बद्धल सांगावयाचे असेल तर बिल्डींगचे सारे अश्या प्रकारे करीत : *'पिल्लाजीची आई, पिल्लाजीचे वडील, पिल्लाजीची भावंडे, पिल्लाजीचे'*-, वगैरे, वगैरे. आज पिल्लाजी हयात नाही. पण अजूनही आम्ही त्याच्या मुलींबद्धल बोलताना असे बोलतो,
'पिल्लाजीची धाकटी मुलीचे लग्नाची आहे ---
पिल्लाजीच्या मोठ्या मुलीचे लग्न झालेले आहे'.
(माझ्या मुलीच्या बरोबरीच्या असून देखील मला त्यांची नावे लक्षात राहत नाही.)

लहानपणी पिल्लाजी लहान असून देखील, आमच्यात खेळत असे . त्याचा मोठा भाऊ, मधु , आमच्या वयाचा, पण कद्रिच आमच्यात खेळत नसे. पिल्लाजीच घरातील केंद्रबिंदू! असो.

माझ्या सुट्टीतील (बहुदा समर वेकेशनचा) बराच भाग मी माझ्या '-आजीकडे-ऑगस्ट क्रांती मार्गावरील तिच्या घरी घालवीत असे. आणि शाळा उघडण्या पूर्वी काही दिवस- आठवडे आधी, घरी जात असे.

मे महिना होता. मी पाचवी - सहावीत असेन. आजीकडेच ' राहत होतो. आज शनिवार. आज घरी परतणार होतो. आजीने तसे काबुलही केले होते. माझी सर्व तयारी झालच होती. आजी शेजारी दाबकेंकडे गेली होती.

"विनय, मी तुला उद्या घरी सोडते. दाबकेंकडे आईचा फोन होता. तुला पिलाजी माहित आहे. त्याची आजी वारली, आज."

रविवारी उशीरच घरी गेलो. मी भर-भर जेवण उरकले. (तेंव्हा आम्ही ७ . ३ ० वाजताच जेवत असू.)

"मी 'समोर' जात आहे."
('समोर' म्हणजे समोरच्या आईच्या सोनू मावशींकडे.)

मी भरा भर दोन्ही जिन्याच्या पायऱ्या उतरलो आणि रस्त्यातून धावतच जाऊन धरधारांचा दरवाजा ठोठावला.'समोर' आमचा अड्डा असावयाचा. माझी बहिण, शुभाही (शिबानी) येतअसे. आई प्रमाणे गोष्टी सांगण्यात ती ही प्रवीण! रेखा व ज्योती (मामे बहिणी) शुभा कडून गोष्टी ऐंकण्यात फार आवडे. पण आज ती आली नव्हती. तरीदेखील गोष्टींची देवाण-घेवाण झालीच. भूता-खेताच्या गोष्टीत आम्ही फार रस घेत असू. म्हणून त्या रात्री तसेच झाले. आजीकडे जैनी मामीने सांगितलेल्या वेताळ, हडळ, पिशाच व भूतांच्या गोष्टी मी सांगितल्या. रात्रीचे दहा कधी वाजले ते समजलेच नाही.

जिन्यावरचे दिवे विझवण्यात आले होते. म्हणजे साडे दहा वाजून गेले होते. (आता दिवे रात्रभर असतात). मी पायऱ्या सावकाश चढू लागलो. जिन्यावर काळोख होता. एक--दोन--तीन--मोजत-मोजत वर चढत सतराव्या पायरी पर्यंत आलो. जवळ-जवळ पहिला मजल्या पर्यंत –

आणि मग मी तिला बघितले. जिन्या समोरील मोरीत ती भांडी घाशीत होती. पुढ्यात घासलेटची दिवटी होती. तिने दिवटी हातात उचलली आणि बाहेर येऊ लागली. दिव्याचा मिण मिणता प्रकाशात तिच्या चेहरा दिसला. तिचे ते कर्डे डोळे, पिंजारलेले

पांढरे केस! ती माझ्या कडे टक लाऊन पाहू लागली. बापरे! ही तर **पिल्लाजीची आजी !**

मी ओरोडलो की नाही हे आठवत नाही. पण मला आठवते ते हे- मी पाठी वळलो 'about turn', दोन्ही पायांच्या टंचावर गिरकी घेत. आणि जोरात खाली उडी मारली ---- सतरा - अठरा पायऱ्या पाय न ठेवता रस्त्यावर जाऊन पडलो. माझा पाय मुरगळला असावा. नशिबाने रस्त्यात काही बिल्डींग मध्ये काम करणारे (कोणाच्या ना कोणाच्या घरी) खाली, गाडी जवळच उभे होते.

" *झालाव तरी काय?*", घोळक्यातील एकाने विचारले.

" *ह्यो तर अलक बाईंचा मुलगा, विनय. भ्याला दिस्तांव.*", बाजूला नानींकडे काम करण्यारा पंडूचा आवाज असावा.

" *पोरन भूत भाघितलाव वाटताव. म्या संगीत्लाव ना बिल्डीनगात भूत फिरते.*", पंडूचा मुलगा माधूने पुस्ती जोडली.

"*बड - बड कशावासनी करताल. त्यांसनी उचला र.*", असे म्हणून गोविंद माझ्या जवळ आला. गोविंद व माधूनी मिळून मला उचलून वर आणले आणि आमच्या दारा पर्यंत नेले.

"*झाले तरी काय?*", अंतून माझ्या बहिणी ओरडल्या.

"*अलक बाय कोठे हौत ?*", गोविंदच असावा.

"*आई झोपली आहे. पण झाले काय?*", उषाने विचारले.

"*काय रे विनय, पडलास का?*", निशा विचारात होती.

" *मी--मी---मला--मी--*",माझ्या तोंडातून शब्द फुटत नव्हते.

मला घाम फुटला होता - भीती मुळे असेल किंवा होणाऱ्या वेदना मुळे, माहित नाही.

"त्यासनी काय विचारता, म्या संगाताव. भूत दिस्लाव.", आता गोविंद असल्याची खात्री झाली.

*"काय '**भूत**' ? कोठे?"*, सर्व बहिणी ओरडल्या,
" काय रे विनय, कोणाचे भूत बघितलेस?".

" आपल्या बिल्डीन्गात ती पारशी बाया फिरते नव्ह- तिलाच बघित्लाव त्यास्नी."

"व्हाय, गौर्याला ती न फेकल न व का - तीच ती बाया. "

गोविंद व मधु कडे लक्ष न देता बहिणी मलाच विचारात होत्या,

"कायरे विनय, नक्की काय बघितलेस?"

"भूत बघितलेस?"

"कोणाचे?"कोठे?", बहिणींचा भडीमार चालूच होता .

"मी--मी--मी भूत बघितले. पिलाजीच्या आजीचे",
मी कसेबसे अडखळत अडखळत सांगितले.

*"काय? **पिल्लाजीच्या आजीचे भूत?**"*,

सर्वच्या सर्व एकाच वेळी हसून ओरडल्या मग सर्वच जोर-जोरात हसू लागले.सर्व मला हसत होते. माधू आणि गोविंदने देखील हसण्यात भाग घेतला. ते का हसतात, मला कळत नव्हते. सर्व मला हसत होते. त्यांचे असे माझ्यावर हसणे मला पाउलाच्या होणाऱ्या वेदनां पेक्षा त्यांचे हसणे अधिक बोचत होते !

ह्या गोंधळामुळे आई उठली. झालेला सर्व प्रकार तिने मुलींकडून निट समजून घेतला. ती मात्र हसली नाही. अखाध्या लहान मुलाचा आविर्भाव आणि तितक्याच निरागस आवाजात ती म्हणाली,

"पिल्लाजीची आजी, ती कधी मेली. आज संध्याकाळीच ती मला भेटली, बसाला गेले होते तेंव्हा. मग तिचे भूत कसे झाले? काल तिची सून- पिल्लाजीची आई वारली आणि त्यासाठीच तर बसाला गेले होते.मग विनयने जिवंत आजीचे भूत बघितले असावे."

मग मी देखील हसू लागलो.

वाचकहो, ' मी पाहिलेले भूत - पिल्लाजीच्या आजीचे!' मी का समाविष्ट केले असे विचाराल. होय, तुम्हाला नवल वाटत असेल.पण सुरुवातीला सांगिल्या प्रमाणे पुन्हा एकदा ठासून सांगतो की मला इथे भूतांचे अस्थित्व सिद्ध करायचा प्रयत्न करत नाही. भूत असतात किंवा नसतात वादातही शिरायचे नाही. पण काही लोकांना आलेले अद्‌भुत अनुभव मी केवळ येथे मांडत आहे. त्यांना आलेल्या अनुभवांना काही शास्त्रीय स्पष्टीकरण असेलही किंवा साधी कारणेही असू शकतील. कदाचित असेही असेल की हे सारे त्यांच्या बाबतीत घडत असतांना, ही मंडळी सरळ, साधा आणि नीट विचार कारण्याच्या मनस्थितीतही नसतील. आणि त्यावेळी वाटणारे गूढ आता एक साधे सत्य म्हणून समोर आलेही असेल. आता माझ्याच बाबतीत काय घडले? एका जिवंत म्हातारीला (पिल्लाजीचीच्या आजीला) मी भूत समजलो,

वास्तविक त्याची आई वारली होती.

माझ्या बाबतीत घडलेली अजून एक घटना सांगतो. मी त्यावेळी अनंग खेमिकल ह्या ठाण्याच्या कंपनीत होतो. दुसरी पाळी

(आकाराची शिफ्ट) आटपून घरी येत होतो. रात्रीचे बारा- साडे बारा वाजले होते. घरा जवळील बागेतून घरी येत होतो. पार थकलो होतो. झोपही अनावर झाली होती. आणि अशात मला माझया उजवी कडे एक सावली दिसली, सावली होती चक्क एका गाढवाची, रुबी गॅरेजच्या कंपाउंड वॉल वरून चालत होते. कसे शक्य आहे? मी झटकन डावीकडे वळून पाहिले. एक मांजर जात होती त्या भिंतीवरून. मी परत सावली बघण्या साठी उजवीकडे मान वळवली. पण सावली नव्हती, म्हणून मान वाळवून पहिले तर मांजरही नव्हती. ती उडीमारून पलीकडे गेली असणार

त्या बागे वरून दुसरी गोष्ट आठवली. ही बाग जिथे आज उभी आहे तेथे आम्ही शाळेत असतांना एक ब्रिटिश कालीन दफनभूमी होती. मोठी मंडळी सांगत असत की तेथे भुताखेतांचे वास्तव्य आहे, पण आम्ही मुलं असल्या कथांवर विश्वास ठेवत नव्हतो किंवा विशेष महत्त्व न देता तेथे धमाल करत असू. धुडगूस घालायचो.

मधल्या सुटीत गोट्या खेळणे, भवरे चालवणे, पकडापकडी व चोर शिपाई, किंवा एका थडग्यावरून दुसऱ्या थडग्यावर उडी मारणे असे भन्नाट खेळ शाळेची घंटा होई पर्यंत दफनभूमीतच खेळत राहात असू. पाचवी सहावीत आम्ही मुलं, उडण्या वागण्याचे वय होते आमचे.

अश्याच एका दिवशी शाळेची घंटा वाजताच आम्ही सर्व मुलं धावत धापा टाकत वर्गात जाऊन बसलो. पण आमचा वर्ग मित्र दीपक आला नव्हता. थोड्या वेळानी त्याला घेऊन, अक्षरशः त्याला उचलून शालेचा शिपाई, चंदरू त्याला घेऊन वर्गांत आला होता. दीपक रडत होता. त्याच्या डोक्याला खोक पडली होती आणि कपाळ सुजले होते. तो भीतीने थरथरत होता. त्याची गणवेशाची तुमान (यूनिफॉर्मची शॉर्ट) लघवीने (मूत्रविसर्जन केले

असावे) ओलीचिंब झाली होती. काही दिवसाने त्याने सांगितले की त्याचे पाय भूताने पकडले होते.

थंडगावरून उड्यामारत असताना कदाचित त्याचे पाय तेथे वाढत असलेल्या वेली, रोपटी किंवा थडग्याच्या एखाद्या फटीत अडकले असावेत. आणि तो पडला. खात्रीने असेच झाले असेल? माहित नाही! भूत? त्या वयात काय सांगू शकणार. पण ह्या घटने नंतर तेथे जायचे सोडले? मुळीच नाही. आम्ही वरच्या वर्गात गेलो होतो. आता आम्ही मित्र, हरमन, व्हिन्सेंट, विनोद आणि मी, तेथे अभ्यास करण्यासाठी जाऊ लागलो. विनोदचा दूसरे करण्याकडे जास्ती कल असायचा. (लपून सिगारेट ओढणे, वगैरे.) पण आम्हाला त्याची फार मदत होत असे. दोन थडग्यां मध्ये नारळाच्या झाडांचे काथ्या व सुम्भ ठेऊन आम्हाला आरामशीर बसण्याची उत्तम सोय करीत असे आणि त्याच बरोबर झाडांच्या झावळ्यांचे आमच्यासाठी छप्पर तयार करायचा. हे सारे करून भटकायला आणि धूम्रपान करण्यास मोकळा!

त्या दिवशी विनोदने ही सारी तयारी करून ठेवली होती. पण मी एकटाच होतो, हरमन आणि व्हिन्सेंट आले नव्हते. गुरुवारची शाळेला सुट्टी होती. सकाळचे जेवण उरकून मी अभ्यास करत होतो. भर दुपारची वेळ मी पुस्तकात अगदी मग्न होतो. अचानक पुस्तकाच्या वरून माझ्या नजरे समोर आले दोन तपकिरी करडे डोळे आणि त्या डोळ्यांवर होत्या जाड पांढऱ्या पापण्या आणि पांढऱ्या झुपकरदार भुवया. डोळे मला न्याहाळून पाहत होते. मी दचकलो. माझ्या छातीचे ठोके जोरात वाजत होते. कोणीतरी माझ्या हातातील पुस्तक खाली केले. माझे काय झाले असेल ते माझे मलाच माहित!

"तू झोपला नाहीसतर. छान! अगदी मन लावून अभ्यास करतोस, छान! आणि तो तुझा मित्र, आमच्या वाडीतील विनोद? गेला असेल

उनाडकी करायला! तुझे चालूदे."

ते होते गीध अणा, माझ्या बहिणीच्या मैत्रिणीचे बाबा.

२].]भूतांच्या गोष्टी - काही लोकाने सांगितलेले त्यांचे अनुभव

प्रस्तावना (Prologue)

माझ्या मुलाचा मित्र प्रशांतने मला फोन केला.

" काका, तुमचे ब्लॉग वाचले.'भूतांच्या गोष्टी' आवडल्या. आमच्या काही अनुभवा बद्धल तुम्हाला सांगतो.---"

"हे सारे फोन वर नको. प्रत्यक्षात भेटू."

"मग कधी येता?"

मी मनात विचार केला माझ्या लिखाणा साठी आयतेच खाद्य मिळ त असताना वेळ कशाला काढा?

"आज संध्याकाळी?"

"चालेल."

ठरल्या प्रमाणे मी प्रशांतच्या घरी गेलो. दिवाणखाण्यात (हॉल) सो फावर प्राशांत आणि त्याचे वडील,गोविंद बसले होते.

"या, बसा! काय घेणार?"

"फक्त थंड पाणी."

त्यांच्या समोरच्या आराम खुर्चीत मी बसतो-न-बसतो तोच

गोविंदरावाने सुरु केले.

"तुम्हचे ' Encounters with Ghosts' व त्याचे रुपांतर - 'भूतांच्या गोष्टी' आणि 'The Protector' वाचले. पण तुमचे मूळ article आणि तुम्हीच केलेले त्याचे translation मध्ये बराच फरक जाणवतो."

"हं" मी म्हणालो,
"प्रशांत, तुझ्या आईला काहीतरी सांगायचे होते. कोठे आहेत त्या?"

"Hello uncle, how are you and how is aunty?",

नीतीने(प्रशांतची बायको) आंतून हॉल मध्ये येत विचारले,*"मम्मी किचन मध्ये कामात आहेत. थोड्या वेळात येतील."*

गोविंदराव म्हणाले, *"ती येईल हो, मी काय सांगत होतो?काय हो तुमचा भूतांवर विस्वास आहे?"*

माझ्या उत्तराची वाट न बघता पुढे बोलत राहिले,*" जर देवावर विश्वास तर भूताकेतावर असायलाच हवा -- 'Chemistry' मध्ये आपण शिकले नाही का? स्ट्रकचरल फॉरम्युल्यातिल 'Mirror Images 'डेक्स्ट्रो व लेवो रोटेटरी त्याच प्रमाणे निसर्गात पण 'चांगले' आणि 'वाईट' प्रवृत्ती असतात."*

मला कळत नव्हतेकी हा संवाद नेमका कोणत्या दिशेने जात होता . मी म्हणालो,
"तुमचे चालू द्या."

"माझा ह्या सर्वावर विश्वास आहे. माझा देव गण - आम्हाला भूत दिसू शकतात पण त्यांच्या पासून कसलाच त्रास नसतो, पण सुनिताचा,प्रशांतच्या आईचा पडला राक्षण गण - आणि तिच्या

सारख्यांना दिसतात देखील आणि त्रास होऊ शकतो. बघाना, सुनी ताचा लंडन मध्ये ---"

"अहो, प्रशांतचे बाबा, मी आईंच्या तोंडून तो किस्सा ऐकणे पसंत करीन. माझा आहे राक्षस गण"

"मग तुम्हाला भूत दिसणारच नाही --"

"दिसण्याचे सोडा, भूत मला बघून दूर पळतात."

"काका, मग तुम्ही माझ्या बरोबर चलाच- माझ्या मित्राच्या झपाटलेल्या घरी- तो फ्लॅट अजून विकला जात नाही."

"प्रशांत, असे तुझो तोंड मध्येमध्ये घालू नका. मका बलून दि रे. तुझो आणिक सुनिताचो ते मागीर ऐकव त्याले."

मग प्रशांतच्या बाबांनी आपला अनुभव ऐकवला. नंतर मी आई - लेकाचे ऐकले. थोडा फार बदल करून लिहित आहे.

१. 'ग्लॅक्सो ' ८३ बसचा बस खंबावर उभी असलेली ती स्त्री!

तसे मी आयुष्यात भूत एकदाच बघितले --- हो, भूतच होते --- नाहीतर काय म्हणाल तिला?एकदाच आलेला हा अनुभव. हे असे झाले :

कामा निमित मी अंधेरीला गेलो होतो. माझे काम उशिराच संपले आणि माझ्या परतीचा प्रवास सुरु झाला. विरा देसाई रोड वरून मी ऑटोने ' बेस्ट' च्या अंधेरी डेपो पर्यंत गेलो. बऱ्याच वेळाने बस न. '८४' मिळाली. पण काय माझे नशीब ती होती 'ग्लॅक्सो' पर्यंतच. बराच उशीर झाला असल्याने बस मध्ये फार माणसे नव्हती. आणि जी काही होती ती मी उतरण्या पूर्वीच निघून गेली

होती. मी शेवटी उतरलो. बस परत निघून गेली. मी बस खंबावरील पाटी वाचली - ८३, ८४, ९०, ९२, ---आपल्या कडे येण्यास भरपूर बसेस होत्या.

बराच म्हणजे बराच उशीर झाला होता. बस स्टॉप वर कोणीही नव्हते, शिवाय एक महिला आणि मी. मी त्या '८४' मधून उतरण्या kपूर्वीच तेथे उभी होती. मी माझ्या मनगटी घड्याळा कडे बघितले.

बापरे, अकरा वाजून गेले! म्हणजे आता भिस्त होत ती फक्त '८३' वर,पण शेवटची ८३ गेली तर नाहीना - मी मनात विचार करीत होतो. 'फ्लोरा फाऊनटन' ची ८३ गेली असणार, पण ऑपेरा हाउस साठी काही असतीलच, माझे विचार चालूच. माझी चुळबुळसुरु झाली. ती महिला माझ्या पुढे उभी होती.अचनक ती माझ्या मागे जाऊन उभी राहिली. का कोणास ठाऊक, तिचे असे करण्या मुळे असेल, माझे लक्ष तिच्या कडे वेधले गेले.

तिने पांढरी शुभ्र साडी व पांढरा ब्लाउज घातला होता. हातात पांढऱ्या बांगड्या आणि पायात सफेद सँडल्स. तिच्या कडे सफेद पर्स पण असावी, असे वाटते. तिचा चेहरा? तिने तो संपूर्णपणे आपल्या पदराने झाकला होता. डोक्यावरून घेतलेल्या घुंगटामुळे तिचे केस दिसत नव्हते. मी पाठी वळून तिच्या दिशेने पहिले. मला आश्चर्य वाटले कारण ती विरुद्ध दिशे कडे बघत होती म्हणजे वरून येणाऱ्या बस कडे नव्हे तर वरळी नाक्याच्या दिशेने. कदाचित कोणाची वाट बघत असावी, पण ह्या वेळेला? तिची हाल चाल- तिचे सारखे सारखे आपल्या मनगटावरील घड्याळात पाहणे,ह्या पायावरून त्या पायावर जाणे, हातांची बोटे मोडणे, वारंवार कपाळाला हात लावणे. सारे काही हेच दर्शवात होते. मी वळलो आणि बस येते का पाहू लागलो. बसचा पत्ता नव्हता. मला अतिशय शीण आला होता.

रस्त्यात रहदारी नव्हती. अगदी सामसूम, शुकशुकाट! समोरू

न येणारे एकही वाहन दिसत नव्हते- ना बस ना टॅक्सी.
मी परत त्या बाईकडे वळून विचारले,

"आप बहुत समयसे बसके लिये खडे हो। फाउंटन या ओपेरा हॉउस की ८३ गयी क्या?"

तिने खुणेनेच आपली मान हलवून 'नाही'असे दर्शविले.

"आप किसीकी राह देख रहेओ? बस कभ आयेगी?"

ती अजून होती त्याच दिशेत बघत होती. तिने पुन्हा खुणेनेच नाही असे दर्शवले आणि आपली मान तशीच ठेऊन आपला हाताच्या खुणेच मला पलीकडे पाहण्याचे सुचविले. मी वळून पाहू लागलो. आश्चर्य म्हणजे खरोखर ८३बस येत असावी. पण न बघता तिला कसे समजले? समोरून दोन दिवे जवळ येताना दिसत होते. हो ते बसचेच होते. एकदाची बस आली. आणि आली होती 'फ्लोरा फाऊनटन म्हणजे हुतात्मा चौक, बरोबर? तर, बस -' फ्लोरा-फाउंटन
क्रमांक ८३! उडी मारूनच मी बस मध्ये शिरलो. वाटले ती ही माझ्या मागून बस मध्ये चढली. पण नाही. मी मागे पहिले.
बस स्टोप
वर कोणही नव्हते.

'टण- टण' बसची घंटा वाजली. बस सुरु झाली.

"साहेब आपण मागे काय बघता?"

"मला वाटले ती बाई माझ्या मागून चढेल."

"कोणती बाई? बस साठी तेथे तुम्ही सोडून कोणही उभे नव्हते. गेली पांच रात्र मला हाच अनुभव. ह्या इथे ह्याच गाडी त चढणारे

त्याच बाई बद्दल माझ्या कडे विचारणा करितात. मी कधीच तिला पहिले नाही. पण एक सांगा साहेब, ती पांढऱ्या साडीत होती का हो? असेच ते सर्व सांगतात. पण बस मध्ये बसलेल्यांना ती काधीच दिसली नाही."

आता मला सांगा ते भूतच असावे, नाही?

२. झपाटलेले घर?

आनंदचे आणि शकुंतलेचे कित्येक वर्ष एकमेकांबरोबर फिरत होते, अगदी कॉलेजच्या दिवसां पासून. बऱ्याच उशिर का होईना, अखेर दोघांचे लग्न झाले. दोघांच्या घरून विरोध वगैरे असे काही नव्हते. आनंदच्या आई-वडलांचे चिराबाजाराती घर होते लहान आणि त्यांत तीन भाऊ आणि दोन बहिणी, असा मोठा लोटलीकर परिवार. आनंदला लग्न केल्या नंतर बाहेर पडणे आवश्यक होते. पैश्याची जमवाजमव कर्ज मिळवणे, ह्या साठी बराच काळ लागला आता दोघांचे - राजा आणि राणीचे - स्वतंत्र असे एक १ BHK, ,छे , एक स्टुडीओ अपार्टमेंट म्हणा,पण त्यांचे आपले स्वतःचे असे घर झाले होते - पृथ्वी वरील त्यांचे स्वर्ग ! घर तसे लांबच - मुंबईच्या सबर्ब मध्ये

लग्न झाले, मधुचंद्र आटोपला आणि नव विवाहित जोडप्याचा चिराबाजारातील जुन्या घरी काही दिवस मुक्कामही झाला. मुहूर्त बघून नव्या घरात 'गृह पूजा' आणि त्याच बरोबर 'सत्यनारायणाची पूजा' करण्याचे ठरवण्यात आले.

सारा लोटलीकर परिवार पूजे साठी आनंदच्या घरी आला. पूजाचा कार्यक्रम मोठ्या थाटा- माटा मध्ये पार पडला. 'हाउस –वॉर्मिंगचा' सोहळा झाला. सर्व पाहुणे मंडळी ३ -४ दिवस आनंदच्या घरीच राहिले होते. आज शनिवार होता. सारे सकाळचे जेवण उरकून

आप-आपल्या घरी जाण्यास निघाले. एकेकाला निरोप देता देता संध्याकाळ उलटलीच.

दोघेही बाहेरून फेरफटका मारून आणि भेळ, दही वडा असे हलके फुलके खाऊनच घरी परतले. दोघांना प्रथमच इतक्या दिवसा नंतर एकांत मिळत होता. पण शकुंतला पार दमून गेली होती. ती झोपण्यास गेली. आनंदनला आपले हातात असेली कादंबरी संपवायची होती, थोडीच पाने शिल्लक होती मग ती संपविणे बरे असे त्याला वाटले. आनंद सर्व आटपून झोपण्यास गेला तेंव्हा शकुंतला गाढ झोपली होती. शांत झोपली होती. दिवे 'स्विच ऑफ' केले आणि तो हलक्या पाऊलाने, बिलकुल आवाज नकरता पलंगावर तिच्या शेजारी जाऊन निजला.

थोड्याच वेळात तोही झोपी गेला. आपल्या स्वतः आणि आपल्या बायकोचे सुखद स्वप्न देखील पाहू लागले .

शकुंतलेच्या किंकाळीने तो खडबडून जागा झाला,
"बापरे! ही कोण? आली कशी?"

समोरील भिंतीकडे बोट दाखवून तीओरडत होती आणि त्याच दिशेने डोळे फाडून बघत होती. समोरील दृश्य पाहून तोही हबकलाच. समोरच्या खिडकी जवळ एक सुंदर महिला जमिनीवर लोळत पडली होती. तिचा पोशाख - हिरवे नौवारी भरजरीचे लुगड, त्याच रंगाचा ब्लाउज, हातात हिरवा चुडा, कपाळावर लाल भडक भली मोठी कुंकूवाची चंद्र कोर, डोक्या पासून पायापर्यंत दागिन्यांनी मडलेली - एक नवविवाहित तरुणी वाटत होती ती. ती त्या दोघांकडे रागीट नजरेने एकटक पाहत होती. दोघेही भीतीने अगदी गारठून गेले. घश्याला कोरड पडली. शब्द फुटत नव्हते. त्याला एवढेच करता आले – शकुंतलेस आपल्या जवळ ओढून आपल्या मिठीत घेतले. तिच्या छातीचे --- धाड - धाड ठोके त्याच्या स्वतःच्या धडधडी मध्ये विलीन झाले.

. त्याने अंगावरील पांघरूण अधिकच घट्ट दोघांभवती लपेटून घेतले. तिने मात्र आपली नजर समोरील दृशापासून हटवित आपले डोके आनंदच्या छातीत घुसवले. तिच्या पापण्याच्या होणारी उघड झाप, अधून मधून हुंदके, ती जागी होती ते त्याला जाणवत होते. खोलीतील घड्याळ्याचे ठोके त्याने ऐकले. ठण - ठण -ठण -
-
मोजून १ २ ठोके. काही वेळाने ती झोपली ह्याची त्याला जाणीव झाली. तो मात्र रात्रभर जागाच होता आणि हळूच पांघरूणातून आपले डोके बाहेर काढून अधूनमधून त्या बाईकडे बघत होता. घड्याळ्याच्या होण्याऱ्या ठोक्याने त्याने जाणले - रात्रीचे एक, दोन, तीन वाजले आणि चारचे ठोके. कोंबडा आरवण्याचा आवाज ऐकला. आता समोरील ते भयानक दृश एखादे चित्र असल्यागत पुसट होत गेले आणि काही वेळात पूर्ण नाहीसे झाले.

त्याने अलगत बायकोचे डोके आपल्या छातीवरून बाजूला केले. तिच्या अंगावरील पांघरूण नीटनेतके करून पलंगावरून खाली उतरला. ती शांत झोपली होती. उठल्यावर ती म्हणाली,

" काल रात्री मला भयानक स्वप्न पडले."

पण ते स्वप्न नव्हते त्याला ठाऊक होते. ती वस्तुस्थिती होती, एक सत्य होते आणि ते त्याच रात्रीपुरते राहिले असते तर वाटले असते दोघांना झालेला एक भास. पण दुसऱ्या रात्रीही तोच प्रकार. तिसऱ्या रात्रीची वाट बघण्याचे धाडस त्यांच्यात राहिले नाही. सकाळीच गाशा गुंडाळून दोघेही आनंदच्या जुन्या घरी रवाना झाले आणि आजही ते तेथेच राहत आहेत. मात्र ही गोष्ट त्यांनी फक्त निवडक व जवळच्या व्यक्तींनाच सांगितली आहे. ह्याचे कारण म्हणजे ते घर विकावयाचे आहे. मग उगाच गवगवा कशा साठी?

काय हो तेथे एक रात्र काढण्यास तयार आहात का तुम्ही?

त्याने मला केलेला हा सवाल. पण काय माझ्या वाचक मित्रानो, आहे का तुमची तयारी?

३ . रक्तपिपासू

प्रशांतने सांगितलेला किस्सा ऐकला. पण मला त्याच्या आईचा लंड नचा अनुभव आईच्याच तोंडून ऐकवयाचा होता .थोड्या वेळाने ती आम्हा सर्वांसाठी चहा घेऊन आली .

" मी तुम्हाला कदाचित ती गोष्ट संगीतली नसेन, पण सिद्धार्थ आणि त्याच्या आईला त्या अनुभवा बद्धल माहित आहे. ही माझ्या कपाळावरची खूण दिसते?"

खरोखर एक लांब खूण कपाळावर, डोक्यापासून उजव्या भुवई पर्यंत, पुसट पंढरी रेषा दिसत होती.   !

"Uncle, it was quite wide and deep, almost an inch in width. The whole face had swollen and the wound was terrible – all dark red. When we saw after she returned from London we were aghast,"

नीती,प्रशांतची बायको मला सांगत होती, *"We wanted it sutured by a doctor. But mummy simply refused. It has now healed on its own. Now what you see is just this white scar which doesn't look so terrible and scary ---"*

नंतर प्रशांतच्या आई सांगण्यास सुरवात केली:

आम्ही, मी आणि माझ्या बहिणी, 'राज ट्रेवेलस' चे युरोप-

पेकेज घेतले, लंडन त्यांत नव्हते, पण लंडन आमचे केंद्र बिंदू - 'ट्राजीट पौइंट' होते. एअर इंडियाच्या विमानाने आम्ही लंडन विमानतळावर उतरलो आणि जवळच्या एका 'मोटेल' खानावळ – Inn) मध्ये जेवण केले व थोडा आराम करून संध्याकाळी युरोपच्या १० दिवस,९ रात्रीच्या प्रवासाला निघालो.

युरोप अतिशय सुंदर आहे,हो! सर्वात जास्त मला रोम आणि जर्मनि आवडले. आम्ही बरीच खरेदी केली, आमच्या आर्यनसाठी खेळ आणि खेळलणी, कपडे लत्ते, ह्याच्या साठी जिन्स, हे किती घालतात देव जाणोबरेच कही! आमची दमछाक झाली खरी पण वेळ मजेत गेला. युरोपात विशेष असे काही घडले नाही.

आम्ही लंडनला परत आलो. संध्याकाळ झाली होती. एका पॉश हॉटेल मध्ये व्यवस्था केली होती. मला त्या हॉटेलचे नाव आठवत नाही, तसे तेथील हॉटेलांची नावे उच्चारणे इतके कठीण ! मगती लक्षात कशी काय ठेवणार? विमानतळावरून एका लग्झरी बसने थेट हॉटेलवर गेलो. हॉटेल विमान तळापासून जवळच असावे. हॉटेल मोठे आणि तीस मजली होते. आम्ही सारे आंत गेलो व हॉटेलच्या लॉबीतल्या 'वेटिंग' कक्षात बसलो.

हॉटेल मध्ये शिरल्या पासूनच काहीतरी वाईट होणार ह्याचे संकेत जणू काय मिळू लागले. आमची एन्ट्रीच 'बॅड लक'ने सुरु झाली. एका बाईच्या उजव्या हाताचा पंजा लोबीच्या फिरत्या दरवाजात अडकून फाटला. तिला बाजूलाच असलेल्या हॉस्पिटल मध्ये नेण्यात आले.

आम्हाला कोणती रूम देतात ह्याची वाट बघत आम्ही बाकी सारे लोबितच बसलो होतो. एका कुटुंबाला रूम देण्यात आली आणि ते सारे- नवरा- बायको, दोन छोटी मुले आणि मुलाची म्हातारी आई (ती आई असल्याचे मला नंतर समजले) बेल-बॉय पाठून लिफ्ट मध्ये शिरले. लिफ्टचा दरवाजा त्यांच्या मागे बंद झाला. पण

लिफ्टचे दार लगेचच उघडले आणि ती म्हातारी एक हात आपल्या

मुलाच्या खांद्यावर तर दुसरा आपल्या सुनेच्या खांद्यावर ठेऊन स्वतःला सावरतसावरत एका पायावर लंगडत लिफ्ट बाहेर पडली. तिच्या उजव्या पायाच्या अंगठ्याला दुखापत झाली होती. तिलाही त्यांच हॉस्पिटलात नेण्यात आले.

साऱ्या हॉटेलच्या कार्माच्यारांची - संपूर्ण स्टाफची, बेल-बॉय ते लॉबी मनेजर- पर्यंत सारे,साऱ्यांची तत्परता वाखाण्या सारखी होती. ज्या पद्धतीने मनेजर ने भराभर पाऊले उचलून ताडीचे निर्णय घेतले - त्यांनी जरासाही वेळ वाया घालवला नाही -दोघींना उपचारासाठी हॉस्पिटल मध्ये पाठविले. नंतर त्यांच्या सर्व घरच्या माणसांचे समाधान केले आणि हॉस्पिटल होणाऱ्या उपचारांचा तासा तासांचा इत्थंभूत तपशील आम्हाला दिला -सारे पद्धतशीर. आम्हा सर्वांना त्यांचे कौतुक वाटले.

आम्हाला, मला व माझ्या तीन बहिणीना ६ व्या मजल्यावरील दोन खोल्या, रूम न. ६ ६५ व रूम न. ६ ६ ६, देण्यात आल्या. आमचे समान आम्ही बेल-बॉय मार्फत वर रूमवरपाठविले आणि लोबितच थांबलो. बहु संख्य लोकांनी तसेच केले. त्या दोघीही हॉस्पिटलातून परत आल्या, एकीच्या हाताला तर दुसरीच्या पायाला जाड -जाड बेंडेज होते. पण दोघीही हसत-हसतच आंत शिरल्या आणि 'थम्स अप'ची खुण केली. सर्वांनी टाळ्या पिटून त्यांचे स्वागत केले. हे सर्व आटोपल्या नंतर आम्ही सारे हॉटेलच्या डायनिंग हॉल मध्ये एकत्रित जेवण्यास गेलो.

रात्रीचे ११ . ३ ० वाजून गेले होते. आम्ही बहिणी लिफ्टने ६ व्या म जल्यावर आलो. माझी सर्वात मोठी बहिण व तिच्या सोबत सर्वात धाकटी बहिण रूम न. ६ ६५ मध्ये शिरल्या, घुसल्याच म्हणा. मी व माझ्या बरोबर असलेल्या बहिणीनी त्या खोलीत असलेल्या आमच्या ब्यागा बाहेर आणल्या आणि त्या दोघींना ' गुड नाईट ' '

स्वीट ड्रीम्स' करीत बाजूच्या रूम न. ६ ६ ६ कडे गेलो.

खोली मोठी आणि प्रशस्त होती, दाराच्या समोर 'ओक ' लाकडांच्या चौकटीत असलेली मोठी खिडकी खिडकीला स्लायडिंग काचा त्याही'ओक ' लाकडांच्या कोंदणात. खोलीत त्याचं लाकडाने बनविलेले इतर फर्निचर- दोन कपाटे, ड्रेसिंग टेबल, दोन 'सिंगल बेड' पलंग, लाकडी रंगाचेच फ्रीज, कोपऱ्यांत टेबलावर लाकडी रंगाचा टेलिफोन आणि दोन पलंगा मध्ये होते कॉमन साईड / सेन्टर टेबल ज्यावर सुंदर नक्षीदार कांच.

रात्र फार झाली होती. आम्ही दोघीने आपल्या आंघोळी आटोपल्या बाथ रूम भव्य आणि परिपूर्ण होती. टबच्या गरम पाण्यात झोपूनच रहावे असे वाटत होते. आम्हा दोघीनाही प्रवासाचा शीण आल्यामुळे पलंगावर टेकताच आम्ही दोघीही पटकन झोपी गेलो.

अचानक मला जाग आली आणि तिला देखील. खिडकीच्या काचा जोर जोराने हादरत होत्या. वादळ असावे ? आम्ही दोघी खिडकी जवळ गेलो व पडदे सारून बाहेर पहिले. खाली दिसणारी झाडे पहिली, झाडांच्या फांद्या सोडा एक पान देखील हलत नव्हते. काहीच हलत नव्हते शिवाय त्या काचा. हळू-हळू कांचाचे हादरणे कमी होत गेले आणि बंद झाले.

"काय ग सुनिता, हे सारे चमत्कारिक वाटते न?"

"हं!"

"बघ न, बाहेर पाऊस ना वारा, मग कांचा काश्याकाय हलत होत्या असे वाटत होते जणू कोणी बाहेरून हवेतून ढकलत असावे. भुताटकी तर नसेल?"

"हे चूप, काहीतरी बडबडू नकोस!" मी तिला ओरडूनच गप्प केले.

मग आम्ही परत झोपण्यास आपआपल्या पलंगावर गेलो. आम्हाला झोपही लागली. मी कसल्याश्या आवाजाने जागे झाले. काचेची खणखण ? कोठे काच फुटली वाटते? मी अर्धवट झोपेत आणि त्यात खोलीत गडद अंधार, मी पलंगावरून खाली उतरण्याचा प्रयत्न केला खरा. पण मी धडपडले, माझा तोल गेला आणि माझे डोकेधाडकन बाजूच्या साईड टेबलच्या काचेवर आपटले. मला भोवळ आल्या सारखे झाले. आपल्याला खोक पडली असावी कारण कपाळा पासून भुवई पर्यंत रक्त घरंगळत असल्याची जाणीव मला होत होती. रक्त आता माझ्या पापण्यावर आले आणि खाली येत नाकावरून पार ओठांपर्यंत आले असावे कसे बसे माझे हात स्विचला लागले. दिवा लागला. बाजूला खुर्चीवर सुकत घातलेला टॉवेल उचलून मी तो कपाळावर दाबला.आता रक्त थांबले असावे.

"सुनिता! बापरे केवढी मोठीही खोक! रक्त कसे येत नाही?"

"ते ह्या टॉवेलने पुसले."

"पण ह्या टॉवेलला रक्त कसे नाही? सुनिता, तूच बघ. आहे?"

खरोखर टॉवेलवर, पुढे वा मागे, कोठेही) रक्ताचा एकही लाल डाग नव्हता. टॉवेल साफ कोरडा ! बहिणने भान ठेऊन रूम सर्विसशी संपर्क साधला. हॉस्पिटल मधून डॉक्टरांना बोलावण्यात आले. त्यांनी मला इंजेक्शन दिले. माझी जखम पहिली आणि ५-६ टांके लागतील असे सांगितले. पण मी तसे करण्यास नकार दिला.

जखम सुकली होती. पण रक्त कोठेही सांडले नव्हते टेबलवरची काच फुटलीतर नव्हतीच पण त्यावर रक्ताचा एक ठिपकाही

नव्हता. जमीनही कोरडी. काचेला अणकुचीदार कोपराही नव्हता, चारही कोपऱ्याना गोलाकार होता. मग खोप कशी पडली ? आणि माझे वाहत असणारे रक्त गेले तरी कोठे? हे सारे प्रश्ण मल भेडसावत होते.

आणि त्या दोघींचे रक्त? त्यांचेही रक्त कोठेच पडलेले दिसले नाही - लिफ्ट मध्ये, लॉबी मध्ये, कोठे म्हणून कोठेच रक्त सांडले नव्हते.

मग इतके सारे रक्त गेले तरी कोठे? त्या हॉटेलात काही होते ते **रक्तपिपासू** तर नव्हते ना ? **रक्त शोषणारे रक्त पिपासू!**

(गोष्टींचा अधिक चांगला वाटावा म्हणून इंग्रजी काही ठिकाणी वापरली आहे. असो.)

आणि आज,म्हणजे २१ जुलै,२०१४, 'मुंबई मिरर' (Mumbai Mirror) ह्या दिनांकात असे वाचले:

England cricketers, including Broad, complain of mysterious goings-on at their London hotel.

In a bizarre development, several England cricketers have requested a change of rooms, saying their five-star London hotel is haunted. According to Daily Mail on Sunday, the players' wives and girlfriends have refused to stay at the famous Langham Hotel during London Test matches this summer after complaints of mysterious goings-on at night. "During the Sri Lanka Test I had to move rooms," Stuart Broad was quoted as saying by the British daily.

"It was so hot in the room I just couldn't sleep. All of a

sudden the taps in the bathroom came on for no reason. I turned the lights on and the taps turned themselves off.

Then when I turned the lights off again the taps came on. It was very weird. "It really freaked me out. I ended up asking to move rooms. Bealey (Broad's girlfriend) was pretty spooked, too, and I know Moeen Ali's other half won't stay there because she's so frightened of the ghosts," the fast bowler added.

"I've slept okay during the current Test (against India) but the Sri Lanka Test (last month) was not great," added Broad. "One night I woke up in the middle of the night, around 1.30 a.m. and I was convinced there was a presence in the room. "It was the weirdest feeling." "Ben Stokes has had some problems sleeping as well. He's on the third floor, which is where a lot of the issues are.

I'm telling you, something weird is going on," said the Englishman. London's Langham Hotel that opened in 1865 is on the list of one of the most haunted hotels in the world and has been patronised by several literary greats, including Mark Twain, Oscar Wilde and Arthur Conan Doyle.

Reportedly, Room 333 is believed to be the most haunted with the hotel's own website stating: "In 1973 a BBC radio announcer James Alexander- Gordon awoke suddenly in the night to see a fluorescent ball which slowly took on the shape of a man wearing Victorian evening wear.

The announcer asked the ghost what it wanted and it began
to float towards him, with its legs cut off some two feet
below the ground, arms outstretched, eyes staring emptily. At
this point the announcer got up and fled."

प्रशांतच्या आईने उलेख केलेले ते 'पॉश' हॉटेल LANGHAMच
तर नसेल?

३.] पाठीराखा

प्रस्तावना (Prologue)

मी आता जे तुम्हाला सांगणार आहे ते फार फार वर्षा पूर्वी घडले, साधारण ५० - ६० सालांच्या दरम्यान ज्यावेळी डेविड सेल्टझरने (David Seltzer) **'दि ओमेन'**(The Omen) ही कादंबरी लिहिण्याचा विचार देखील केला नसेल.

('दि ओमेन ' त्याने १ ९ ७ ० साली लिहिली)आपल्या पैकी कित्येक जणांनी डेविड सेल्टझरआणि जोसेफ होवर्ड व गोर्डन मक्गील (M acgil)
ह्यांच्या कादंबऱ्यावर आधारित 'ओमेन'
हा चित्रपट देखील बघितला
असेल. चित्रपटातील (आणि कादंबरीत) मुख्य पात्र म्हणजे 'देमिअन थोर्न' (Damian Thorn)

डमिअन हा एका सैताना पासून झालेला मुलगा, जन्माला आलेला एक ' अँटी ख्राईस्ट' . गोष्ट त्याच्या भवति फिरत राहते, अगदी त्याला रोबर्ट आणि क्याथरीन (कथारीने) थोर्न ह्या दांपत्यानी दत्तक घेतल्या पासून. सैतानाचे अनुयायी (followers), सैतानाचे मदतनीस, म्हणा , वारंवार त्याचे एखाद्या **पाठीराख्या (Protector रक्षणकर्ते)** प्रमाणे रक्षण करीत रहातात, जसे सुर्वातीस त्याची आया (nanny), अनेक पशुपक्षी(डोम कावळा, रानटी कुत्रे , काकांचे बिझनेस पार्टनर आणि शेवटला मोठ्या संकेत सैतानाचे अनुयायी !

'ओमेन' ह्या शब्दाचा ' वाईट संकेत ' हा अर्थ घेऊन ही गोष्ट लिहिण्यात आली. वास्तविक ओमेन म्हणजे शुभ संकेत किंवा अशुभ संकेत. (Omen = event or object portending good or evil). अश्याच एका रक्षण कर्त्याची ही कथा.

ह्या शुभ संकेता मुळे मला गंमत आठवली. म्हणे घोड्याची नाल रस्त्यात मिळणे म्हणजे एक शुभ शकुन अस्तो. मग काय विचारता? आमची आई रस्त्यात मिळणारी प्रत्येक घोड्याची घीड्याची नाल (अख्खी, अर्धी, नालेचा लहान तुकडा देखील- ज्या असेल त्या स्थितीत) घरी आणायची आणि आमच्या दरवाज्याला लावायची. आम्ही साऱ्या भावंडानी तिला आळा घातला नसता तर दरवाज्याचा लाकडी भागही दिसला नसता. हा झाला एक मजेचा भाग. असो!

तर अशी झाली गोष्टची सुर्वात. पन्नास सालाचा मध्य, साधारण १९५७ - ५८ असावा. मी असेन दहा-बारा वर्षांचा.

त्यावेळी दिनकर असेल ४ ते ६ वर्षांचा एक भाबडा निष्पाप मुलगा. आम्हा दोघांच्या वयात जरी ५ -६ वर्षांचे अंतर असले तरी आम्ही एकत्र खेळत आणि गप्पा - गोष्टी करायचो. मला गोष्टी सांगण्याचा छंद, त्यामुळे मीच त्याला गोष्टी सांगत असे. मात्र एके दिवशी त्याने त्याला आलेले विचित्र अनुभव सांगितले. त्याने त्या दिवशी माझ्या पु ढे आपले
 मन मोकळे केले असावे. त्यानंतरही त्याने मला तीच गोष्ट कित्येक दा
सांगितली असेल, काही फरक कोणताही बदल न करता. मला आ जही त्याची गोष्ट, त्यांनी सांगितलेला शब्द न शब्द,अगदी अलीकडे घड्ल्या प्रमाणे आठवतो. गरजेनुसार मी ती गोष्ट थोडाफार बदल करून लिहित आहे.

डॉक्टर योगेश एक अष्टपैलू व्यक्तिमत्त्व. त्यांच्या स्वतःच्या

शस्त्रक्रियेच्या शेत्रात निपुण होते. ते F.R.C.S. झालेले काही निवड
क

भारतीया पैकी एक होते. त्याच्या कन्सल्टिंग रूम मधील शो केस
ठेवलेल्या ट्रोफीझ व डॉक्टरांचे विविध पोशाखात घेतलेले फोटो;
कुस्तीगीर रेड स्कॉर्पियन आणि ,किंगकाँग, मोष्टीयोद्धा जो लुईस,
एक हिममानाव व एक नववधू असे अनेक वेषभूषेतले फोटो !

आणि त्यांनी स्वतःच्या हाताने वस्तुसंग्रह पाहून त्यांच्यातील विविध
पैलूंची जाणीव होत होती. ते उत्कृष्ट चित्रकार आणि शिल्पकार हो
ते. त्यांनी
तयार केलेला बसलेला कुत्र्याचा पुतळा इतका खरा वजिवंत वाटे
कोणत्या क्षणी उठून उभा राहून आपले हात चाटिल व आपली शे
पटी
हलवून त्याला गोंजारण्यास भाग पाडील. तसे शोकेस मध्ये त्यांच्या
शिल्पकलेचे बरेच नमुने पहावयास मिळत होते.

नव्हती ती एकच वस्तू त्यांनी घडविलेला एका ब्राम्हणाचा पुतळा,
जो त्यांच्या आलिशान घरातील डॉक्टरांच्या स्वतःच्या
स्वतंत्र खोलीत एका कपाटावर ठेवलेला होता.

असे ऐकिवात आहे की हा पुतळा हा त्यांच्या कुटुंबाच्या भटजींचा
(family purohit) होता.असे बोले जाते की हा सदाशिव भटजी
अचूक भविष्य – वाणी करावयाचा. एखादी वाईट घटनेचे संकेत
मिळताच तो त्यावर उपाय सुचवून मार्गदर्शन करीत्यांनी भविष
वर्तविल्या प्रमाणे योगेश आपल्या वडलांच्या पाऊलावर पाऊल
ठेऊन एक मोठे स्त्री- तज्ज्ञ डॉक्टर झाले. सदाशिव भटजींनी
असेही सांगितले होते की डॉक्टरांचे लग्न त्यांच्या इतक्या श्रीमंत
नसलेल्या कुटुंबातील एका मुलीशी होऊन त्यांचा उत्कर्ष होण्यास
सुरवात होईल. आपल्या बायकोच्या सहायाने डॉक्टरांच्या हातून
मोठे

दान-धर्म होणार होते.डॉक्टरांच्या आई, ममांचा सदाशिव भटजी आणि त्यांनी सांगितलेल्या भविष्यावर संपूर्ण विश्वास!

ह्या सर्वावर डॉक्टरांचा कितपत विश्वास? देव जाणो. एवढे मात्र खरे, डॉक्टरांच्या आंतील शिल्पकाराला जाणीव झाली असावी ती ही की सदाशिव भटजी एक 'मॉडेल' म्हणूनफार उपयुक्त! एक घर बसल्या मिळालेले आयता नमुना! त्या ब्राम्हणाचे शिल्प बनविण्यास डॉक्टरांना बरेच श्रम घेतले आसवेत. भरपूर ' सिटींग' झाल्या असाव्यात. पण अखेर सदाशिव भटजींचा अर्ध पुतळा तयार झाला आणि तो पाहून भट्जी उदगारले,

"मुला, तू माझा आत्माच ह्या पुतळ्यात घातला आहेस रे! हा पुतळा जवळ बाळग. फार कामी येईल."

म्हणूनच असेल हा पुतळा कन्सल्टिंग रूम न ठेवता डॉक्टरांनी तो स्वत जवळ ठेवला असावा.

मस्ती आणि वेडेचाळे मध्ये फारसा फरक नसतो. लहानपणी दिनकर खोडकर आणि मस्तीखोर तर होताच पण अधून मधून वेडेचाळे करणे हा जणू त्याचा एक छंद! आमच्या लहानपणी पालकांना तसेंच शिक्षकांना आमचे काही चुकल्यास कोणतीही शिक्षा देण्यास मुभा होती - छडीचा मार, ओणवे उभे करणे, खोलीत डांबून ठेवणे- कोणतीही शिक्षा

दिनकरच्या खोडकर सवाई मुळे त्याला शिक्षा वारंवार होणे स्वाभाविकच! शेक्षेचे मोजमाप त्यांनी कमी-जास्त केलेल्या मस्तीवर अवलंबून असावयाचे - नीट समझ देणे, दम भरणे, छडीचा चोप आणि खोलीत एकट्याला डांबून ठेवणे - असा शिक्षांचा प्रवास दिनकरचा वेळोवेळी होत असे.

एकदा दिनकर बिल्डींग मधल्या मुलांबरोबर खेळत होता. तळ

मजल्यावर रहाणारी म्हातारीरोजीबाईला मुलांचा नेहमीच त्रास होत असे.त्यांचे खेळणे - बागडणे तिला बोचत असे.मुलेही काही कमी नव्हती. तिला चिडवणे, तिची छेड काढणे मुद्दाम तिच्या दारा जवळ आरडाओरडा करणे किंवा दारावरील बेल वाजवून पळून जाणे.

. त्या दिवशी तेच झाले.मुलांनी अतिच केले. तिच्या खिडकीची

काच फोडली. रोजीबाईने थेट डॉक्टरांकडे दिनकरची तक्रार केली. दिनकरला मार तर मिळालाच पण त्याची रवांगी वडलांच्या 'स्टडी रूम' मध्ये झाली. खोलीच्या दाराला बाहेरून कडी लावण्यात आली. दिनकर ओकासा बोकाशी रडत होता.अश्रू त्याच्या गालावरून, नाकावरून घरंगळत ओठावरून तोंडात जाऊ लागले. मात्र घश्याची कोरड काही कमी झाली नाही. त्याचे रडणे कमी झाले, आता तो हुंदके देत होता. खोलीत आल्या पासून बराच काळ लोटला होता. खोलीत अंधार झाला होता. दिवे लाव ण्याचे त्याला
भान नव्हते. रडणे पार थांबले, हुंदके देखील, पण डोळे पाणावलेले
होते. अचानक त्याला खोलीत कोणी तरी बोलत असल्याचा आवा ज
ऐकू आला. आवाज कपाटावरून येत असल्याचा आभास झाला. दिनकरने आपले डोळे मोठे करीत कपाटावर पहिले. त्याला नीट से
दिसत नव्हते, कदाचित खोलीतीलअंधारामुळे किंवा डोळ्यातील अश्रूघ्या ओलाव्या मुळे म्हणा, बोलण्याचा आवाज ऐकू येत होता प ण दिसत
असे
काही नव्हते. त्याने आपले डोळे हातानेच पुसले. पुन्हा कपाटावर पहिले - काय आश्चर्य!

खिडकीतून एक तिरीप पडली होती आणि त्या अंधुक प्रकाशात
दिनकरला दिसले कपाटा वरील बाहुले(दिनकर लहानपणी त्या शि
ल्पकृतीला
बाहुलेच म्हणे
जे , भटजीची मूर्ती आपल्याला काहीतरी सांगत आहे. काय
सांगत होते ते मात्र दिनकरला ऐकू किंवा समझत नव्हते.भटजीचे
ओठ हलत होते.

अचानक दार उघडून त्याचे मम्मी-
डॅडी आंत आले. डॉक्टरांनी त्याला
मिठी मारली, दोघांनी त्याला पुन्हा एकदा समझावले आणि दिन
कर
कडून परत अशे वेडेचाळे न करण्याचे वचन घेतले.ही घटना उल
टून
बराच काळ गेला.

दिनकरला ह्या गोष्टीचा आणि आई वडलांना दिलेल्या 'प्रॉमिस'चा
विसर पडला होता. आणि शेवटी मुले ही मुलेच रहातात. तेंव्हा त्या
सर्व मुलांची मस्ती-मजा, ह्याला चिडव, त्याची छेड काढ, सर्व
पहिल्या प्रमाणे चालूच होते.

तो 'धुळी'चा दिवस, दिनकरने आईकडे पिचकारी साठी हट्ट धरला
.

"मम्मी, मी रंग उडवणार नाही, मम्मी, मी प्रॉमिस करतो,
पिच्कारीत मी पाणीच भरेन."

आईने त्याला एक मोठी पिच्कारी घेऊन दिली. तो आनंदात होता.
तो ती पिच्कारी आपल्या सर्व मित्रांना अभिमानाने दाखवत सुटला.
सर्वांकडे
आप-आपले हत्यार. अविनाशकडे होती छोटी लाल 'वॉटर - गन',

विजूची निळी 'वॉटरबॉटल' अतुल कडे होती थोडीफारमोठी पिवळ्या रंगाची, आकार - न- उकार असलेली पिच्कारी.

पण बेस्ट होती ती दिनकरची- 'बॅगपाइपरची बॅग' एक भली मोठी चामड्याची बॅग. बॅगला होते पांच पईपस (नळकांडी)बटन दाबताच ५ जणांवर एकाच वेळी पाणी फ़ेक. मुलांनी आप-आपल्या साधन- सामुग्री घेऊन एक मेकांवर पाणी व रंग उडवीत दिवसभर धुमाकूळन घातला. मुले आप-आपल्या घरी गेली.

दिनकर घरी तर आला खरा पण आपली नवीन बॅगपाइपरची पिच्कारी त्याच्या हातातून सुटत नव्हती. आपल्या बालकनीतून पाणी खाली फेकणे चालूच ठेवले. सूर्यास्त झाला. डॉक्टर खारच्या हॉस्पिटलातून परत येत असावेत. आता आपण थांबलेले बरे, असा विचार त्याचा मनात आला काही माणसेदुरून येत असलेली त्यांनी पहिली. शेवटची गंमत करूया! माणसआप ल्या घराखाली आली असावीत, दिनकरने अंदाज बांधला खाली लपून आपल्या पिच्कारीच्या ५ नळकांड्या बालकनी बाहेर काढीत त्याने पाण्याचा वर्षाव केला.

ती माणसे म्हणजे एक प्रेत यात्रा होती. बिचाऱ्या दिनकरला त्याची कल्पना नव्हती. खालून रस्त्यातून आरडा-ओरडा सुरु झाला,

"तो बघावर दुसऱ्या माझाल्यावरील बालकनीत एक मुलगा आहे त्यानेच टाकले पाणी."

"आपल्या मुलांना शिस्त लावत नाहीत."

" काय रे, पोरा अक्कल आहे की नाही?"

"जाऊ द्या, लहान आहे."

दरम्यान दिनकर आंत आला. कदाचित नक्की काय घडले त्याची दिनकरला कल्पनाही नसेल. पण डॉक्टरांनी सारे काही पहिले आणि ऐकले देखील. त्यांना अतिशय वाईट वाटले. झाल्या प्रकारा बद्धल खेद व्यक्त करून त्यांनी साऱ्यांची माफी मागितली.

डॉक्टरना राग अनावर झाला होता; क्रोधा मुळे डोळे लाल बुंध झाले होते. काहीशा रागात डॉक्टराने घरात प्रवेश केला. दार उघडताच ते ओरडले,

"दि --न --क ---र !"

"काय झाले, डॅड्डी ?", दिनकरने घाबरत विचारले.

"काय झाले म्हणून मलाच विचार! तूच सांग. त्यांच्या अंगावर पाणी कशाला उडवलेस?"

आई का वडिलां कडून, दिनकरला नीटसे आठवत नाही, कदाचित दोघां कडून असेल--पण बेदम मार मिळाला होता. पण केवळ एवढ्यावर निभावले नव्हते. काही वेळाने डॉक्टरांनी दिनकरला आपल्या स्टडी रूम मध्ये बोलाविले.

“आज तुला जेवण नाही. येथेच थांब आणि ह्या खोतीतच झोप . तुला हीच शिक्षा,” असे बोलून त्यांनी दिनकरला एकट्याला खिली त ठेवले आणि खोलीचे दार बाहेरून बंद केले.

दिनकर रड,रड रडला. सुरवातीला अगदी ढसा ढसा! मग हुंदके देत. त्याला झोप कधी लागली ते समझले नाही. झोपेत देखील त्याचे स्फुंदणे चालूच होते. किती काळ झोपला ?देव जाणो! त्याला जग आली. त्याचे रडणे आता थांबले. एव्हाना त्याचे डोळे कोरडे झाले होते. तरीही त्याने आपले डोळे चोळले. खोलीतले दिवे 'ऑन

होते. दिनकरला खात्री होती. थोड्या वेळात नेहमी प्रमाणे मम्मी - डॅडी येणार. त्याला मिठीत घेऊन कुरवाळणार,समजवणार जेवणही मिळणार. त्याला उपाशी पोटी काद्धीच ठेवले नव्हते. मग ह्या वेळीस तरी कशे ठेवणार? रात्रभर त्याला एकांतात नक्कीच ठेवणार नाहीत. हे सारे विचार त्याच्या मनात घोळत होते. अरे, अजून ते दोघे आले कशे नाहीत? अजून जेवण्यास आवकाश होता .

आणि ते पुन्हा घडले. कपाटावरील बाहुले बोलू लागले,

" हे बघ माझ्या मुला, तू आई -बाबांना असा त्रास का देतोस? मी आज पर्यंत तुला किती वेळा समजावले असेन. पण माझ्या बोलण्याकडे तुझे लक्ष असते कोठे? तू रडण्यात गर्क असतोस. गेल्या खेपेस तुझ्या एवढे तरी ध्यानी आले की मी तुझ्याशी बोलतो. तुला ह्या घरात मुदाम ***आणले*** *आहे. नाहीतर तुझे काय झाले असते? येथे आण्या मागे देवाची इच्छा असावी ! हे सारे तुझ्याच हिता साठी आहे. हे सारे तुला धुळीस मिळवायचे आहे, काय ? नेहमी तू तुझ्या वडलांना 'वेडेचाळे नकरण्याचे' वचन देतोस. आता मला 'प्रॉमिस' दे. बोल ,' मी ह्या पुढे असे वाईट वागणार नाही कर पुढे तुझा हात आणि घे शपथ."*

['**आणले**' ह्या शब्दाचा उलगडा दिनकरला त्या वेळेस समजला नव्हता आणि मला देखील.]

दार उघडून मम्मी- डॅडी आत आले. दोघांचे डोळे पाणावले होते. दिनकरने त्यांना घट्ट मिठी मारली.हा सरा किसा त्याने इतर कोणाला संगीतला
की नाही, माहितनाही. पण मला मात्र सांगितला.

"तुला ह्या घरात **आणले** आहे" ह्याचा अर्थ ज्याप्रमाणे मला (त्या वेळी) समजला नव्हता त्याप्रमाणे त्यालाही. पण आज तो जाणतो.

आम्ही दोघे एका 'पार्टीला' भेटलो. गपा गोष्टी झाल्या. बोलता बोलता माझ्या
'ब्लॉग' चा विषय निघाला. कोणीतरी म्हणाले,

" तुझे 'Encounters with ghosts ' आवडले."

दिनकर म्हणाला,

"विनय, तू ब्लॉग लिहितोस? वाचला हवेत. मी लहानपणी सांगितलेली गोष्ट आठवते? ब्राम्हणाच्या धडाची --- बोलणाऱ्या बाहुल्याची! मग त्या बद्दल लिहिकी."

"जरूर लिहीन," मी सांगितले,
" पण तुझे खरे नाव काही मी लिहिणार नाही. Your identity will not be disclosed. But I would like to clarify certain points with you and go through the whole story once again with you."

आणि त्याने मला लहान पाणी सांगितलेली गोष्ट पुन्हा एकदा ऐकवली. आता मात्र तो इंग्रजी सांगत होता. *" ----The whole meaning only dawned upon me much later in life – what he meant by saying 'I was brought in this home' – I came to know that I was an adopted child – say when I was in V or VI class. It was my class mate Mandar, you know him, who teased me about it. Making fun of me and jeering at me.'तुला विकत घेतलाय. डॉक्टर अंकल तुझे खरे बाबा नाहीत.' Vinay, everything what I told you then did actually happen. विनय, तुला आठवत असेल मी किती लहान होतो तेंव्हा. How could such a small kid ever spin a yarn like that? आणि मी तर स्मार्ट किड पण नव्हतो! "*

तो ही गोष्ट सांगत असताना पार्टीतील आमचे इतर मित्रपरिवार ऐकत होते खरे पण त्याच्यावर विश्वास ठेवत होते का ?

काहीना असे ही वाटले असावे की नशेत तर काही बरळत
नाही ? कोणी असे बोलले देखील, *" He's drunk, yaar. God knows what's he talking about."*

पण तो नशेत बोलत नव्हता. कोणाचा विश्वास असो व नसो. परंतु माझा संपूर्ण विश्वास, अगद जेंव्हा त्याने पहिल्यांदा सांगितली तेंव्हा ही, नंतर जेंव्हा
जेंव्हा सांगितली आणि ह्या वेळेस देखील खरोखर त्याच्या बाबतीत असे
निश्चित घडले असणार. इतरांचा विश्वास बसो वा न बसो.

म्हणूनच दिनकरच्या आग्रहास्तव मी लिहित आहे.

तुम्हाला काय वाटते? हा एका लहान मुलाचा भ्रम होता ?
तो 'ब्राम्हण' डॉक्टरांच्या कुटुंबाचारक्षणकर्ता आणि नंतर
तो ब्राम्हणरुपी बहुला दिनकरचा **पाठीराखा** तर नसेल? आणि
आता तो कोठे आहे?

४.] वाटाड्या

प्रस्तावना (Prologue)

तुम्ही एका अनोळखी ठिकाणी असतात, तुमच्या बरोबर इतर लोक असतात. अचानक आपल्या सोबत असलेले लोक पुढे निघून जातात, तुम्हाला पाठी सोडून. योगायोगाने तुम्ही एकटेच रहातात एका अनोळखी निर्मनुष सुनसान अशा जागेत. सुरवातीला तुम्हाच्या हे लक्षात देखील येत नाही. आणि ही गोष्ट तुम्हाला जेंव्हा समजते तेंव्हा फार उशीर झालेला असतो. तुम्ही वाट चुकला आहा त आणि पुढचा मार्ग दिसत नाही. भीतीने मनात विचित्र विचित्र विचार येतात, एखादे श्वापद आपल्यावर झडप तर घालणार नाही ना? येथे भूत- खेत असतील तर! तुम्ही देवाचा धावा करतात तुम्ही अंधारात चाचपडत असतात आणि तुम्हाला मदतीचा हात येतो, एक आशेचे किरण घेऊन, तुम्हाला मार्ग - वाट दाखवतो. एक वाटाड्या. ह्यांनाही तो नक्कीच भेटलाच असावा.

एका यात्रेत: एक दैवी हात?

काही वर्षा पूर्वी माझी बहिण,उषा (अमरनाथ, केदारनाथ बद्रीनाथ नक्की कोठे माहित नाही आणि उषा आता हयात नाही) यात्रेला गेली होती. त्यांचा गट फार मोठा, आठ दहा परिवार, काही एकटेच, बरेच माहितगार ट्रॅवल एजन्सीचे प्रतिनिधी, व्यवस्थापक

आणि मार्गदर्शक, बराच मोठा ग्रुप. मुंबई पासूनचा प्रवास झकास, खाण्या पिण्याची व्यवस्था अति उत्तम, नाव ठेवण्यास कोठेही जागा शिल्लक नव्हती. देव दर्शनही छान झाले. सारे परतीला निघाले. परताना पण ही गुहा बघ ती गुहा बघ, तो नैसर्गिक नजराणा पहा, ते रमणीय देखावे आपल्या कॅमेऱ्यात कैद करायचा ,हे सारे चालूच होते. उषा त्या गाईड्स कडून त्या गुहां बद्धल आणि विविध ठिकाणा विषयी पौराणिक पार्श्वभूमी आणि ऐतिहासिक महत्व जाणून घेत होती. ती 'लोकप्रभा' व इतर काही मासिकांसाठी लेख लिहित असे आणि ह्या ठिकाणांची संपूर्ण माहिती, बारीकसारीक पैलूंची माहिती , जाणून घेणे जरुरीचे होते. ऐकलेली माहिती ती तेथेच बसून लिहून घेत होती. बाकी मंडळी पुढे गेली हे कळताच ती त्यांच्या पाठी धावे आणि त्यांना गाठे. असे बराच वेळ चालले होते.

पार संध्याकाळ उलटून गेली होती. एका गुहेत बसून उषा लिहित होती. अगदी मग्न होती. सहज तिने आजू बाजूला बघितले बरोबर असणारी मंडळी तिला पाठी सोडून पुढे निघून गेली होती. गुहेतून बाहेर आली. बाहेर कडा होता, उलट फिरून दुसऱ्या बाजूने बाहेर पडली. हा रस्ता ते आले होते तोच होता पण दूरवर कोणी दिसत नव्हते. गुहेत परत गेली. अंधुक उजेडात तिला एक निमुळती पाउलवाट दिसली. ती चालू लागली. हळू हळू अंधार वाढू लागला. अडखळत ठेचाळत ती चालत होती. आता मात्र गडत अंधार झाला. काय करावे तिला सुचत नव्हते. ती अगदी रडकुंडीला आली. ती होती तेथेच बसली. देवास हांक मारली. आपण थंडीने गारठून जाणार.

अचानक तिचा हात कोणीतरी घट्ट पकडला. तिला उभी केले. जे काही का जो कोणी होता तो तिचा हात खेचीत तिला घेऊन जाऊ लागला. ती आपोआप 'त्या' मागे जाऊ लागली. किती वेळ चालली, कोण जाणे? तिला अजिबात श्रम पडले नाहीत. तिला 'तो' कॅम्प

पर्यंत घेऊन आला होता. आपल्या माणसात आल्यामुळे तिला हाय
से वाटले.

'त्याचे' आभार मानण्यासाठी तिने आजू बाजू पाहिले. पण कोठेच
दिसत नव्हता. वाट चुकलेल्या व्यक्तीला मार्ग दाखवून 'तो' नाहीसा
झाला होता. वाट दाखवणारा तो होता एक **वाटाड्या!**

गावात : तो भावाचा आत्मा असेल का?

लक्ष्मण माझ्या मावशीकडे काम करायचा. एकदा गावाहून त्याला
एक तार आली –

'BROTHER SERIOUS . START IMMEDIATELY.'

"दादा, काय लिहिले आहे तारेत?"

त्याने डॉक्टर जयला विचारले. कारण समजल्यावर तो लगेचच
गावी निघाला. पंडितने (लिफ्टमन) त्याला एस.टी चे तिकीट
आणून दिली. गणपतने त्याला मुंबई सेन्ट्रल एसटी बस
स्थानकावरसोडले. रात्र फार झाली म्हणून तो गाडीत लगेचच
झोपी गेला.

" अहो गावले, उठाकी! येथवर तुमच टिकट संपलीकी, राव," बस
वाहकाने त्याला जागे केले.

"ऊर्ली कांचन गेले?"

*"कवाच! आता तुमचा स्टाप आलाकी, बिगिन उतरा. उशीर होतो
चला. अहो डायवर हाणा गाडी जोरा मंधी."*

"अहो कंडीक्टर, जरा दमाने घ्या. मला उतरू दे"

लक्षुमण उतरताच, बसची घंटी वाजली आणि त्याला तेथे सोडून पुढे निघून गेली. पहाट झाली असली तरी अंधार होता. धुक्या मुळे नीट दिसत नव्हते. मी अजून झोपेत आहे का, असे वाटल्या मुळे लक्षुमणने आपले डोळे चोळले, ताणले, पूर्ण जागे असून असे कस, हा परिसर अपरिचित का वाटतो?

धुके अधिकाधिक वाढले होते. इतके वाढलेकी पुढे पाठी काहीच दिसेनासे झाले. आपल्याला नेमके कोणत्या दिशेने जायचे,हे समजत नव्हते . उजवीकडे, डावीकडे, पाठी का समोर? तो हतबल झाला होता.

तिकडे भावाचे काय झाले असेल, हा ही विचार मनात येत होता. आणि मग ----

अचानक त्याच्या पाठीमागून मानेवर काहीतरी जड वस्तू ठेवल्या सारखे जाणवले. त्याचे हात जड झाले, ते हलविता येत नव्हते, मान हलविणे कठीण झाले आणि त्याची पाऊले आपोआप पुढे पडू लागली, जणू 'जे' काही होते 'ते' त्याला तसे करण्यास भाग पाडीत होते. अशा रीतीने तो चालत गेला, का चालतो, कोठे जात आहोत ते समजत नव्हते. घर आले होते. मानेवरचा भार कमी होत पार गेला. घराचे दार सत्ताड उघडे, घरात बरीच मंडळी,सारे रडत होते, जमिनीवर भाऊ उताणा पडला होता.

"तुला संगीतलाव लक्षुमण मुंबईवरून येताव. का थांबला नाहीस र पोरा? इतक दिस तग धरलस मग थांबला असतातर धाकट्या भाव भेटला नसता का? वर जायची इतकी घाईकशा पाई? ह्यो बघ आलाच त्यो," असे बोलत आईने हंबरडा फोडला.

भावाचे क्रियाकर्म आटपून एक दोन महिन्यात लक्षुमण मुंबईत परतला.

मला भेटला तेंव्हा त्याने मला घडलेली घटना सांगितली आणि विचारले,

" विनय दादा, माझ्या मोठ्या भावाचे माझ्यावर लई प्रेम होत, बघा. तो बराच दिवस आजारी होता. वैद्, डॉक्टर झाले पण आजार बरा होत नव्हता. मराला टेकला होता म्हणून मला तार केली. मी पोहोचण्या पूर्वी काही तास अगोदर त्याने प्राण सोडले होते. मग ' जे' काही माझ्या पाठीवर बसून मला घराकडे नेले 'ते' माझ्या भावा चा आत्मा तर नसेल?"

तुम्हाला काय वाटते, आत्मा की वाट दाखवणारा, एक वाटाड्या?

माझा एक अनूभव

ह्या दोन गोष्टींवरून मला एका घटनेची आठवण झाली.

मी देवाला मानतो आणि देवावर माझी श्रद्धाआहे. पण वारंवार देवळात जाणे, देवाला साकडे घालणे, अमुक एक घडावे म्हणून नवस घेणे आणि नंतर नवस फेडणे हे सारे मला पटत नाही.माझ्या आईची समजूत होती की मी नास्तिक आहे. ती मलासांगत असे,

"आज सोमवार आहे, शंकराला बेल वहा आणि शंकराच्या पिंडी वर दह्याचा अभिषेक कर.." किंवा, *" शनिवार आहे, मारुतीच्या देवळात जाऊन तेल वहा ...."*

पण ह्याला विरोध करायचो. मात्र आम्ही सारी तिची मुलं तिच्या बरोब व्रज्रेश्वरीच्या आणि कालभैरवाच्या देवळात नियमित जात असू आणि अजूनही जात असतो. माझ्या आईने माझ्या बायकोच्या डोक्यावर हात ठेवलाय तिचेही नवस घेणे आणि तो फेडणे चालू असते. तिच्या बरोबर मी अनेक वेळा देवस्थानांना गेलो असेन. तिच्या सोबत शिर्डीच्या साईबाबांच्या देवळात आजवर कधीही

गेलो नाही. ती अनेक वेळा तेथे गेली आहे, मुलांसोबत म्हणा किंवा भावा बरोबर, बऱ्याच वेळा असेल. तिचे सोडा, मी शिर्डीला गेलोच नव्हतो. आणि ....

मी एका कंपनीत होतो. एकदा आम्हाला शुक्रवार ते रविवार,अशी ३ दिवसांची सुट्टी आली होती आणि आम्ही गुरुवारी प्रासंगिक किंवा नैमित्तिक रजा सँक्शन करून बुधवारी संध्याकाळच्या 'पंचगणी एक्सप्रेस' ने नाशिकला निघालो होतो. नाशिकला आमचे मेडिकल रेप्रेझेंटेटिव्ह, हिरकलाल बिश्वास कडे उतरलो होतो.

" Hey guys, I have to the market, visit chemists and some doctors. While I am working, why don't you guys go to Shirdi? I 'll book your tickets. I know some influential guys in ST. you guys will have comfortable journey, I assure you guys."

खरोखर त्याने एस टी बसमध्ये आमची उत्तम व्यवस्थाकेली होती. शिर्डीला आलो खरे. पण .... दिवस होता गुरुवारचा! बापरे कितीही गर्दी! माझे आणि गर्दीचे वावडे! साई बाबांच्या दर्शनासाठी महेश, अशोक, सुरेश आणि चवधरी त्या लांबलचक रांगेत जाऊन उभे राहिले. मला त्यांनी खूपआग्रह आणि विनवण्या देखील केल्या. गर्दी आणि माझा ३६चा आकडा.

"तुमचे चालू द्या. तुम्ही दर्शन घ्या. बाबांना माझा नमस्कार", असे बोलत मी एका हॉटेलच्या पायऱ्यांवरबसलो.

बिश्वास कडे आमचा नाश्ता झाला होता त्यामुळे भूक लागली नव्हती. त्या मंडळींना बराच वेळ लागणार होता. आता त्यांच्या मागे देखील बरेच माणसे रांगेत आली होती. रांग माझ्या पर्यंत येऊन पोहोचली होती. वेळ घालवण्या साठी मी लोकांचे निरीक्षण करू लागलो.

१० - १५ मिनिटे झाली असतील नसतील. एक भिकारी (त्या वेळी तरी मला तसे वाटले होते.) माझ्या जवळ आला. अंगावर फाटलेला सदरा व फाटलेली लुंगी, डोक्यावर पांढरी टोपी (स्कल कॅप), चेहऱ्यावर पांढरी दाढी आणि मिशी आणि भुवया देखील पांढऱ्या.

"बेटे, ऐसे बहैठे क्यों हो? बाबा मिलाना नहीं है?साईका दर्शन लेना है ना ? "

"इतने भीड़में? दर्शन यहाँसे करूँगा। मैंने दोस्तोंकेसाथ नमस्कार भेजा है। मेरे दोस्त लोग बहुत श्रद्धालु और ईशवरके सबसे बड़े है लेकिन मैं...".

मी सरे सांगत असताना तो मला मधेच थांबवूनम्हणाला, (मला प्रथमच जाणवले की त्याच्या डोळ्यात एक प्रकारचे तेज होते)

" चल मेरे साथ। मग, येतोस न माझ्या सोबत? मी तुला घेऊन जातो . चल . गर्दी बघू नकोस. "

(आता हा माणूस चक्क मराठीत बोलत होता.)

मी त्याच्या मागून संमोहित झाल्या सारखा जाऊ लागलो. एक चिंचोळी वाट होती. काळोख होता.मला नीटसे दिसत नव्हते. बघता बघता मी थेट साई बाबांसमोर होतो. दर्शन छान झाले. पण तो माणूस? तो दिसेनासा झाला होता. प्रसाद घेऊन मी मंदिराच्या बाहेर आलो. वाटले होते बाहेर तरी तो भेटेल. पण नाही, त्यानंतर तो माणूस मला कधीच दिसला नाही.मी परत ऊन त्याच हॉटेलच्या पायऱ्यांवर बसलो.चांगले ५ तासां नंतर आमची स्टाफ मंडळी दर्शन घेऊन आली.

"काय रे विनय, तू आंत कसा घूसलास? आम्ही तुलादर्शन घेताना पाहीले. एवढा पुढे कसा गेलास? आम्ही बरेच मागे होतो. किती पैसे चारले? "

मी घुसलो नव्हतो. किंवा मी पैसे चारले नव्हते. पण मला साई बाबांचे चांगले दर्शन घडले होते. कोण होतातो माणूस? मित्र मंडळी व नाते वाईकनीबरेच तर्कवितर्क केले. कोण होता तो? माझा चमत्कार, वगैरेवर विश्वास नाही. मी भाविक नाही. 'तो' कोण होता? मला थेट गाभाऱ्यात कसे नेले आणि नंतर तो गेला कोठे? हे माझ्या मनांतले कोडे अजून सुटले नाही . कदाचित, ह्यावर साधे, सोपे व सरळ निरसन असेल.

५.] गौतमचा अनुभव

माझा भाचा गौतमचे कॉम्पुटर सर्विसिंग, इलेक्ट्रिकल रिपेरिंग, तसे च कराटे व तायची ट्रेनिंगचा, असे बरेच उद्योग. तो हे सारे ' स्वतंत्रपणे करतो. एवढेच नव्हे तर घरातही बरेच काही सांभाळतो –

*'गौतम, कुकरची शिटी कोठे आहे? बघ जरा,'*आई; *'गौतम, आरुश चे हिस्ट्री बुक मला दे आणि माझे बँक बुक अपडेट करून आण'* आदिती;*'गौतम, माझ्या एफडीझची फाईल आणून दे मला आणि आज संध्याकाळचे लक्षात आहे ना? तू गाडीने आम्हाला निशा मावशी कडे नेणार आहेस, बरोबर?'* संजीव -
त्याच्या वाचून पान हलत नाही. तो खरोखर 'Man for all seasons' किंवा *'Go to the person'*आहे. असो!

आपण त्याच्या अनुभवा बद्धल बोलू .

त्याला बालवाडी, पुणे येथील एका कंपनीचे कॉम्पुटर सर्विसिंग कंत्राट नुकतेच मिळाले होते. त्या निमित्ताने तो आपल्या सोबती, चंद्रकांत गस्ती बरोबर तेथे गेला होता. त्यांनी वॉचमनच्या घरून कंपनीच्या चाव्या आणल्या होत्या. दोघांनी सकाळी ८ वाजतांच काम सुरु केले. कंपनीचे वीस कॉम्पुटरचे सर्व्हिसिंग / दुरुस्त करायचे आणि त्यातील आठ पार खराब झाले होते. ते दुरुस्त करण्यासाठी पूर्ण दिवस लागणार होता. बरे झाले आज रविवार असल्या मुळे कंपनीत वॉचमन सोडून कोणी नव्हते. कामात त्यांना कसलाच व कोणाचाही अडथळा नव्हता. ते निवांतपणे काम करणार होते. ते कामात रमून गेले होते. जेवण, खाण्या- पिण्याचे सोडा पण वेळेचे देखील भान नव्हते.

"साब लोग, कितना काम बाकी है? ५ बाजे हैं, ७ तक अपना काम निपटा लो, ७ के बाद मै रुकने वाला नहीं।"

"कशिश करते है, २ घंटे बाकी तो है ।" गौतमने वोचमनला उत्तर दिले.

" कुछभी करो। ७ बजे मै आपको चाबियाँ देके चला जाऊंगा। एक मिनटभीरुकुंगा नहीं, यहाँ ठेरना अच्छा नहीं लगता, डर लगता है और आप लोगभी नहीं रुको। यहाँ कुच्छ अच्छा नहीं होता।"

गौतम आणि चंद्रकांत कामात इतके बुडून गेले होते की वॉचमनच्या बोलण्याकडे विशेष ध्यान नव्हते. ते काम करीत राहिले. हा, हा म्हणता ७ कधी वाजले हे त्यांना कळले नाही.

"क्या साब हुआ काम?"

गौतमने मान वर करून वॉचमनकडे बघून हातानेच नाही असे खुणावले.

"मैने बोला था। ये लो चाबियाँ, ये खोली बंद करो, उप्पर ३ मालेसे लेकर ६ तक सब दरवाजे मैने बंद किये है। पहिले मालेपर ओ दुसरे साब काम कर राहे है। ये रूम, निचेकी खोली बंद करके बेसमेंटमें मेन स्विच बंद करना, मेन गेट बंद करो और चाबियाँ मेरेको वापस दो। मेरा घर आपको मालूम तो है। आज सुबह मुझे बुलाने आये तो थे।"

असे म्हणत त्याने गौतमला चाव्या दिल्या. तो निघूनही गेला. गौतम चे काम चालूच.चंद्रकांत वर आला आणि,

" गौतम साहेब, माझे खालचे सर्व काम संपले फक्त ३ सी.पी.यु. आणि एक मॉनीटर बाकी. त्यासाठी, मॉनीटरसाठी मला तुमची मदत हवी आहे. मग उद्या करूया का?"

73

"नाही रे, आज सगळे संपवूया. माझे इथले झालेच आहे, तू सगळे जागेवर ठेव, दार लावून खाली ये. दिवे वगैरे बंद करला विसरू नकोस, हं. तोवर मी तो मॉनीटर बघतो. तास दीड तास लागेल, बरोबर? थांबशील ना?"

चंद्रकांत आवरु लागला आणि गौतम खालच्या मॉनीटचे दुरुस्तीचे पाहू लागला.

कामातील हुशारी आणि कॉम्पुटर दुरुस्ती मधील गौतमचा हातखंडा होता, मग त्याला मॉनीटर ठीक करण्यास फार वेळ तो कसा काय लागणार?

२ CPU पण झाले. हा चंद्रकांत वेळ का लावतो ?

"काय रे इतका वेळ का?", त्याने खालूनच ओरडून विचारले.

"मी आलोच, मी सर्व इथले आवरले देखील, हात पाय धुऊन वगैरे पण माझे झाले. आता दिवे स्वीच ऑफ करतो आणि दार लावून येतोच खाली," त्याने वरूनच आवाज दिला.

खाट- फाट ! एक मोठा आवाज झाला. अचानक सारे दिवे विजले- गडत अंधार!

"साहेब, एक दिवा बंद केला. दुसरा करणार तोंच तर मोठा आवा ज होऊन काळोख झाला. फ्युज उडाला असावा," वरूनच चंद्र कांत ओरडून बोलत होता, "तुम्ही फ्युज तेवडे बघा."

"होय, मी खाली बेसमेंटला जाऊन फ्युझचे पहातो. तू सारे स्वीचीस व दार लावून खाली पहिल्या माळ्यावर ये. तुझ्या ब्याग मधून टॉर्च

घेतो. मी फयुझचे बघतो. शेवटचा CPU पण होत आलाय. एक - दोन व्हायर जोडल्याकी झाले."

गौतम हातात टॉर्च घेऊन बेसमेंट मध्ये गेला. टॉर्चा प्रकाश चांगला पडत होता. फ्युज बॉक्स उघडले. होय फ्युज उडाला आहे! त्याने हवी तेवढी फ्युज व्हायर कापली. टेस्टरने स्क्रू ढिले केले.

अरे हे काय! टॉर्च बंद का झाला? काय होते हे कळतच नाही, मला. तो वॉचमन काय म्हणत होता, बरे? गौतमच्या मनांत भलते सलते विचार येऊ लागले.

इतक्यात मेणबत्तीचा प्रकाश पडला. प्रकाशाचे किरण नेमके फ्युज बॉक्सवर पडत होते. चंद्रकांत गौतम पेक्षा फार बुटका, मग त्याला आपले हात फार उंच केल्या मुळे मेणबत्तीचा प्रकाश फ्युज बॉक्सवर पडण्यास शक्य झाले असावे. तरी इतका उंचावरून प्रकाश ज्योत?

"Thank you, मेणबत्ती आणल्या बद्धल. पण तूला ही सापडली कुठे? तुझ्या भाषेत 'भेटली' कोठे? अरे, हसलास नाहीस?"

त्यांनी वळून पाठीमागे पाहिले. हे काय! हा बेटा मेणबत्ती समोरील भिंतीवरील एका फळीवर ठेऊन परत वर गेला असे वाटते. असो! असा विचार करून गौतमने फ्युज जोडला. लाईट लागले. त्याने फुंक मारून मेणबत्ती विझवली. फ्युज बॉक्स बंद केले. टॉर्च लावून पहिला. चालू तर आहे. मगाशी काय झाले होते ह्या टॉर्चला, कोण जाणे? खोलीतील साफसफाई करून गौतम फ्युज रूमचे दिवे बंद करावे असा विचार करतच होता आणि चंद्रकांत त्याला म्हणाला,

"साहेब, तुम्ही सर्व व्हायारी जोडल्या होत्या. मी काहीच केले नाही. सारे कॉम्पुटरस व्यवस्तीत चालतात. मी सगळी बटणे बंद केली

होती, लाईट आले सर्व चालू कशे झाले?"

"मला एक सांग, तू मेणबत्ती कोठून आणलीस? आणि ती ह्या फळी वर ठेऊन वर कधी गेलास हे मला कळाले देखील नाही."

"कोणती मेणबत्ती? मी आणली कधी? मी तर वरच होतो. हा आता तर मी खाली येतोय. कोठे आहे मेणबत्ती?"

"मी तू घेऊन आलास ते बघितले. तुझ्या हातात होती ती. तू मला नीटसा दिसला नाहीस. पण तुझे हात आणि हातातील ती मेणबत्ती अगदी स्पष्ट दिसली."

"अहो, पण ती मेणबत्ती आहे कोठे?"

"अरे, ही काय ह्या फळीवर."

मेणबत्ती तर नव्हतीच पण समोरील भिंत पार मोकळी, अगदी वर पासून खाल पर्यंत, त्यावर एकाही फळी काय साधा खिळा देखील ठोकलेला दिसत नव्हता.

घाई घाईने सारे आटपून त्यांनी तेथून पळ काढला. कॉनट्रेक्ट्रॅक्टची मुदत संपेस्तोवर त्या कंपनीचे काम पहिले. पण सायंकाळी चार पर्यंतच काम करीत. पुढे कॉनट्रॅक्ट रिन्यू मात्र केला नाही. आज ती कंपनी अस्तित्वात आहे किंवा नाही, हे माहीत नाही. पण त्या सहा माजली इमारतीच्या जागी येत असलेल्या मॉलचे बांधकाम सुरु असल्याचे ऐकून मी त्याला विचारले,

"काय रे गौतम, तेथे तयार होणाऱ्या मॉलचे कॉम्पुटर सर्विसिंग कंत्राट घेशील का ?"

"नाहीरे बाबा! मी त्या बालवाडी पासून चार पावले दूरच राहीन!"

६.]ही घटना पण स्वयंस्फूर्त मानवी ज्वलनचा प्रकार तर नसेल ?

प्रस्तावना (Prologue)

काही दिवसा पूर्वी टाइम्स मध्ये अशी बातमी *आली होती:*

तामिळनाडूत तिन्डीवनम नावाच्या एका खेड्यात एक राहुल नावाचा अडीच-तीन महिन्यांचा मुलगा एका दुर्मिळ रोगाने (रोग म्हणण्या पेक्षा परिस्थितीने) गांजला आहे.

(१९९५ WHO च्या नोंदप्रमाणे गेल्या ३०० वर्षात केवळ २०० व्यक्तींना ही बाधा झाली आहे)

जन्मा पासून अजून पर्यंत त्याच्या शरीराने चार ते पाच वेळा अचानक पणे पेट घेतला आहे. त्याच्या शरीतातून अक्षरशः ज्वाळा बाहेर येततात. किलपॉक मेडिकल कॉलेज [Kilpauk Medical College (KMC)] हॉस्पिटल मध्ये त्याच्यावर उपचार चालू आहेत. डॉक्टर त्याच्या भाजल्याने झालेल्या जखमा बऱ्या करण्यास झटत आहेत. त्याला 'स्वयंस्फूर्त मानवी ज्वलन' [SPONTANEOUS HUMANCOMBUSTION(SHC)] असा दुर्मिळ रोग झाला आहे असे निदान केले जाते. ह्याची सुरवात तो ९ दिवसांचा असताना झाली. त्याच्या आई, राजेशवरीचा तिच्या स्वतःच्या डोळ्यावर बसत नव्हता. मुलाच्या शरीरातून अचानक ज्वाळ येऊ लागले. त्याला विल्लीपुराम मेडिकल कॉलेजमध्ये हलविण्यात आले. तीन दिवसात त्याला डिस्चार्जही मिळाला. बरा होऊन घरी आणले खरे,

पण काही दिवसात तोंच प्रकार मुलाचे परत अंग फोडाने होरपळले.

"डॉक्टर मला म्हणाले की माझा मुलगा सुदृढ आहे आणि त्याचे सर्व अवयव उत्तम आहेत. पण गेल्यावेळी जेंव्हा त्याच्या अंगाने पेट घेतला तेंव्हा त्याचे पूर्ण अंग, डोक्या पासून पायाच्या तळव्या पर्यंत भाजले होते," असे राजेशवरी बाई सांगतात.

बालरोगचिकित्सक, डॉ. नारायण बाबू, जे राहुलवर उपचार करीत आहेत म्हणतात,
" राहुलच्या त्वचेत्वचेच्या शिद्रांतून कोणतातरी ज्वालाग्राही वायू बाहेर पडतो व पेट घेतो. कोणता वायू आहे हे आम्हाला अजून सम जले नाही."

आज 'स्वयंस्फूर्त मानवी ज्वलना ला गृहीत स्पष्टीकरणे (hypothetical explanations) देण्यात येत आहेत, त्यातील काहीं लोग शास्त्रीय कारणे देतात तर काहीं ह्या साऱ्या अद्‌भुत घटना (supernatural or paranormal activity) असल्याचे सांगतात. तर्क शास्त्रावर आधारित गृहीत स्पष्टीकरण (hypothesis) हा विज्ञा नाचा अविभाज्य भाग आहे, ज्यामुळे बरेच शोध लागले आहेत आणि ज्याचा उपयोग भूमिती (geometry), बीजगणित (algebra), भूगोल (geography) मध्ये काही गोष्टी सिद्ध (prove) करण्यास केला जातो.

'स्वयंस्फूर्त मानवी ज्वलन' म्हणजे मानवी शरीराचे स्वयंस्फूर्त ज्वलन होते (शरीरातून निर्माण होणाऱ्या आगीमुळे मृत्यू, बाहेर कोठेही वा कोठलीही ज्वालाग्राही सामुग्री आजूबाजूला नसतांना). शरीर संपूर्ण जळून भस्मसात होते. पण जळणे फक्त शरीरापुरते मर्यादित असते. सभोवताली असलेला सर्व परिसर जसाच्या तसा, आजुबाजू असलेले

फर्निचर, खालील जमीन, वरचे सिलिंग आणि जवळ असलेल्या व्यक्ती, सर्व शाबूत!

१९८४ साली श्री जो निक्केल (एक विज्ञान संशोधक) आणि जॉन फिशर (एक न्यायिक विधि चिकित्साशास्त्र सम्बंधी संस्थेचा शोधक - forensic analyst) ह्यांनी 'स्वयंस्फूर्त मानवी ज्वलन' चा संपूर्ण अभ्यास करण्या साठी दोन वर्षांचा एक प्रकल्प चालवला.

'स्वयंस्फूर्त मानवी ज्वलन' चे शास्त्रीय स्पष्टीकरण असे दिले जाते. आपल्या शरीरात चांगले- वाईट असे अनेक सूक्ष्म जंतू असतात .'मेथानोजेन' (methanogen) नामक सूक्ष्म जंतू -विनॉक्सी जीवाणू - हे जीवाणू प्राण्यांच्या आतड्यात, सांडपाण्यात होतात/ असतात. त्यांना श्वासोच्छ्वास करण्या साठी नैसर्गिक प्राणवायूची गरज नसते. ते सभोवताली रासायनिक द्रवापासून प्राणवायू घेतात, ज्याला अनेरोबिक रेस्पिरेशन (anaerobic respiration) असे म्हणतात. उदारणार्थ मद्यार्क (alcohol) तयार करतेवेळी होणारी फसफसण्याची क्रिया(fermentation). हे मेथानोजेन जीवाणू त्या मानवा पोटातील अन्नाचे रुपांतर मिथेन (methane gas)ह्या अति ज्वालाग्राही वायूत करतात आणि तो वायू त्वचेच्या शिद्रातून बाहेर येऊ लागतो. आणि विविध कारणा मुळे ठिणगी लागून त्याचे आगेत रुपांतर होत असावे (अंगात घातलेल्या रेशमी कपड्यांचे घर्षण, तयार होणाऱ्या वायूचे वाढलेले प्रमाण किंवा ह्या प्रक्रिये मुळे वाढलेला रक्त दाब अशी ही करणे असावीत). तसेच हे ज्वलन केवळ त्या व्यक्तीच्या शरीरापुर्ते मर्यादित असण्याचे शास्त्रीय कारण असे सांगितले जाते की पदार्थ विज्ञाना प्रमाणे आग ही वर-वर पसरत जाते आणि तिला बाजूला पसरणे कठीण असते. म्हणून त्यांच्या (मृत देह / पिडीत व्यक्तीच्या) शरीराचा वरील भाग जास्त जळलेला आढळतो आणि पाया जवळ झळ कमी. तसेंच ज्वलनाचे केंद्रबिंदू शरीराच्या टोकांच्या भागांवर (extremities) असतो,जसे पायांची बोटे आणि ह्यांत बळी

पडलेल्या व्यक्तींच्या शरीरावरील कपड्यांवर. ज्वलनाची क्रिया पुढे चालू ठेवण्यासाठी शरीरातील चरबी पूरक असते. उष्णते मुळे चरबी वितळते, वितळलेली चरबी जाळण्यास मदत करते, उष्णता वाढते आणि अधिक चरबी वितळते. अशा रीतीने एक चक्र (cycle) सुरु होते, ज्याला 'मेणबत्ती परिणाम' (candle effect) किंवा 'वात परिणाम (wick effect) असे म्हणतात. पण हे संशोधक असा सल्ला देतात की प्रत्येक परिस्थितीचा बारकाईने अभ्यास करणे जरुरीचे असते आणि त्या नंतरच परिस्थिनुसार निष्कर्ष काढून त्या वर उपचार करावा.

पण विरोधकांना 'स्वयंस्पूर्त मानवी ज्वलन'(SHC) ही कल्पना रुचत नाही. त्यांना ही वास्तविक वाटत नाही. असे घडत असेल त फार थोड्यांच्या बाबतीच का घडते? ह्या घटना दुर्मिळ का? एवढी आबादी, मग ३०० वर्षात केवळ २०० व्यक्तींना ही बाधा झाली? टक्केवारी काढणेही निरर्थक! जगात ७०००००००००००० (७ अब्ज Billion) माणसे, कदाचित त्याहून अधिक, तरीही आपल्याला असे वाचायला का मिळत नाही रस्त्यातून चालत असेले माणसांना आगीने भस्मसात केले, फूट बॉलच्या मैदानात प्रेक्षक जाळून खाक झाले, कॉफी शॉप मध्ये सारे गिराईकांचे शरीर पेटले. जे अद्‌भुत गोष्टींवर विश्वास ठेवतात ते म्हणतात ह्या सर्वांना ' SHC ' असे न म्हणता, त्यांना 'UDBF' [unsolved death by fire], म्हणजे आगी मुळे मृत्यूचे न सुटलेले कोडे'. तर काहीनां वाटते हा भानामातीचा प्रकार असावा.
जादूटोणा, भुताटकी, देवाचा कोप, असे विविध नावे देतात. मग सु रु होतो पीडित आणि त्यांच्या घरांतल्याचा एक प्रवास, ह्या देवळात जा, त्या देवाला नवस घे, कुलदेवतेला साकडे घाल, मोद मावली ला (MountMary) जाऊन ये, हाजी मलंगला जा, वगैरे,वगैरे. साधूं कडे जाणे होते. ख्रिस्ती पाद्री, फकीर, पीर, हे सारे करून पाहता. जरका एखादा केलेला उपाय (योगायोगाने) फायदेशीर ठरलेच तर

त्याचा गवगवा होतो. माझा ह्या साऱ्या गोष्टींकडे बघण्याचा दृष्टीकोन वेगळा आहे. कोणत्याही गोष्टींचा किंवा कोणा बद्धल पूर्वग्रह (prejudice) नसावा. ही गोष्ट खरी - ती गोष्ट खोटी, हा माणूस वाईट - तो चांगला, अशी विधाने संपूर्ण शहानिशा न करताच करणे (being judgmental) मला बरोबर वाटत नाही. म्हणून वाचकांपुढे दोन्ही बाजू मांडणे मला इष्ट वाटते. म्हणूनच 'ही घटना पण स्वयंस्फूर्त मानवी ज्वलनचा प्रकार तर नसेल ?' असा प्रश्न आपल्या समोर ठेऊन पुढीलगोष्ट लिहित आहे.

[साऱ्या व्यक्तींची नावे बदलूनकाल्पनिक नावे लिहित असलो तरी लिहित असलेली गोष्ट एक सत्य घटना आहे]

मुंबईतील एक प्रतिष्टित हॉस्पिटल, गेट वेल सून हॉस्पिटल हॉस्पिटल मध्ये जगप्रसिद्ध विख्यात आणि नामांकित डॉक्टर डॉ. शहा. अशाच एका नामवंत डॉ. शहाची रुग्ण होती श्रीमती विलासिनी गणेश मुळगांवकर. आज तिलाहॉस्पिटलात येऊन दोन महिने झाले होते. पण तिच्या परिस्थितीत काहीच बदल झाला नव्हता, उलूट तिची प्रकृती दिवसेंदिवस खालावत चालली होती. तिच्या नवरा गणेशची फार धडपड होत होती. तिला नक्की काय झाले असावे ? काही कळत नव्हते. एकाबाजूने हॉस्पिटलच्या ब्लड टेस्ट, सिटी स्कॅन, न्युरोलोजीकल टेस्ट, इतर चिकित्सा झाल्या. अनेक औषध- उपचार झाले. पण गुण येत नव्हता. तर दुसऱ्या बाजूने घरच्यांचे पण आपापले परीने प्रयत्न चालू होते. तिची आई कुलदेवतेला नवस करून आली होती तर सासूने भैरवनाथाला साकडेही घातले. इतरांचीही देवळे झाली, वेग वेगळे जोतिषी झाले. पण परिस्थितीत काही फरक असा जाणवत नव्हता. नेमके तिला झाले तरी काय होते?

गणेश विचार करीत होता. ते चौघे, तो, त्याची बायको विलासिनी, त्याचा मोठा भाऊ मंगेश आणि मंगेशची पत्नी हेमलता, मोठ्या

आनंदात आपल्या गावाला, पिंपळ गावाला निघाले. चांगले दहा-पंधरा दिवस रहाण्याचा बेत आखला होता. बँकेने विलासिनीची सुट्टी मंजूर केली होती, मंगेशचा धंदा त्याच्या मेहुणा सांभाळणार होता आणि हेमलता हाउस वाइफ असल्या मुळे तिला रजेचा प्रश्न नव्हता. गणेश एका फार्मासुटिकल कंपनीत प्रयोगशाळेचा उच्च अधिकारी होता. रडत - खडत का होईना गणेशच्या साहेब, मैनेजिंग डीरेक्टर साहेबांनी त्याची वीस दिवसांची रजा अखेर मंजूर केलीच. त्यांची मुले अगोदरच आजी- आजोबां बरोबर पिंपळगावं मध्ये पोहोंचले होते. लांबचा प्रवास होता तेंव्हा ऐसपैस जाणे इष्ट! म्हणून सिद्धी विनायक ट्रैवलवल्सची एसी सुमो गाडी केली होती. गाडीचा मालक पंकज वंझारी हा मंगेशचा मित्र असल्या मुळे स्वतः गाडी घेऊन आला. सर्व पहाटे निघाले. सकाळी सहाच्या आंत पुणेही गाठले. टोल नाक्यावर फूड प्लाझा मध्ये यथेच्छ पेट पूजा करून ते पुढे निघाले. त्या चौघांना झोप कधी लागली आणि किती वेळ ते झोपले हे समजले नाही. फट- धूम !असा मोठा आवाज झाला, आणि ते खडबडून जागे झाले. टायर फुटला होता. गाडी सैरावैरा धावून एका कडेला जाऊन कशीबशी थांबली.

"तुम्ही सारे पलीकडील झाडा खाली बसा. मी टायर बदलतो. वेळ लागेल. भर दुपार आहे. सूर्य पार डोक्यावर आलाय. तुम्ही झाडा खाली आराम करा तोवर मी काम करतो," पंकजने सांगितले, *" थोडे ब्रेकचे काम करतो. बरोबर चादर घ्या. बिंधास्त झोपा. माझे होताच मी तुम्हाला आवाज देईन."*

त्या झाडा खाली चादर पसरून, त्यावर ते सारे काही क्षणांत झोपले देखील. विलासिनीच्या कण्हणे ऐकून गणेश जागा झाला. मंगेश आणि हेमलता पण जागे झाले.

" काय होतं? अशी कण्हणतेस कशाला? तुझे डोळे लाल झाले

आहेत. बापरे! तुला ताप भरलाय!"

"होय हो वाहिनी, विलुला ताप चढलाय. तापांनी अंग नुसते फण फणले आहे."

"आपण परत घरी मुंबईला ----"

"नको दादा! गावी आई तिची घरगुती औषाधे देईलकी."

" आणि बाजूला नाना काका आहेत. चांगले वैद्य आहेत ते."

ते सारे गावी गेले खरे पण ठरल्या प्रमाणे दहापंधरा सोडा, मोजून दोनच दिवस राहू शकले. विलासिनीचा ताप कमी होत नव्हता. आईने काढे दिले, लेप उघळून लावले, नाना काकांची चूर्ण झाली. गणेशच्या कंपनीच्या ' 'पॅरासेटामोल'(paracetamol)च्या गोळ्या झाल्या. पण गुण काही येत नव्हता. हा आजार साधा वाटत नव्हता. लक्षणे वेगळीच वाटत होती. तिचा चेहरा काळवंडला होता आणि त्यावर सुरकुत्या दिसू लागल्या होत्या. अजून तिशीही न गाठलेली विलु चाळीशीची वाटू लागली होती. तिसऱ्या दिवशी सकाळी तर कहर झाला.

"गणेश काका! बघा, विलु काकीचे केस. तीन - चार केस पिकल्यात- पांढरे झाले आहेत. बघा."

मग सारेंच मुंबईला तातडीने निघाले होते. मुंबईत फ़ैमिली फ़िसिशिअनच्या सल्लानुसार विलुला गेट वेल सून हॉस्पिटल मध्ये चिकित्सा करण्या करिता नेले. तिला तेथे भरतीच करून घेण्यात आले.

आज दोन महिने झाले होते. विलु चे जवळ जवळ सगळे केस

पांढरे शुभ्र झाले होते, चेहऱ्यावरील सुरकुत्या अधिक तीव्र झाल्या होत्या. ती सत्तरीची बाई दिसू लागली होती. गणेश पुर्त हताश झाला होता. गणेश आपल्या विचारांत मग्न होता आणि बहिणी सुनंदाच्या ह्या वाक्याने तो भानावर आला,

"गणेश, आमच्याकडे एक फकीर येतो. तो अंतर्ज्ञानी आहे. तुझा असल्या गोष्टींवर विश्वास नाही, मला माहित आहे. पण ऐका तर! तुम्ही पिंपळगावाला जातांना वाटेत एका पिंपळाच्या झाडा खाली थांबला होतां? बरोबर? हे त्या फकिराला कसे माहित? त्याने ही गोष्ट मला सांगितली. दादाने तसे कबूलही केले. तो म्हणाला विलु वाहिनीला भूत बाधा झालाय.सासवडच्या वेशीवर हे झाड होते, बरोबर? दुपारच्या बारा समय होता. हे ही दादाने 'हो' असे सांगितले. मात्र हा फकीर म्हणतो की हे सारे त्याच्या आवाक्या बाहेर आहे. तो प्रेतात्मा प्रखर आणि अति बलवान आहे. सहजा सहजी त्याला काढणे कठण आहे. तरीपण त्यांनी मला एक उपाय सुचवला. हेमा वाहिनी माझ्या सोबत येण्यास तयारही झाली आहे."

"काय उपाय? कोठे जाणार आहात तुम्ही?"

"माहीमच्या दर्ग्यात अलिखान नावाचा एक पीर असतो. त्याच्याकडे जाण्याचे फकिराने सुचविले आहे."

चार दिवस वाट पाहून,आणि परिस्थितीत काही फरक न झाल्याने, डॉ. शहांचा सल्ला नजुमानता (against his medical advice), गणेशने हॉस्पिटल मधून तिचा डिचार्ज घेतला. घरीही डॉक्टरांनी लिहून दिलेली औषधे चालू ठेऊ असे आश्वासन गणेशने दिले होते. ही सारी औषधे न्युरोट्रोपिक, सायखोट्रोपिक व ऐन्टी डीप्रेसंट आहेत हे गणेशला माहित होते. संपूर्ण शरीराला, अगदी माथ्या पासून पायाच्या तळाव्या पर्यंत लावला मलम देखील होते. त्यांत बेन्झालकोनिउम ख्लोरैड (benzalkoniumchloride)

आणि लीडोकेन(lidocaine) हे त्या मलमा मध्ये असलेले मुख्य द्रव, म्हणजे भाजणे व कापणे ह्यावरचे मलम. मात्र ही औषधे घरीही चालूच ठेवली. दरम्यान सुनंदा आणि हेमलता त्या पीराकडे गेल्या. त्याने दोघींना काहीच विचारले नाही तर आपले डोळे मिटून स्वतःच घडलेली घटनेचे वर्णन केले. गणेशच्या इच्छेविरुद्ध पीर अलीखान बाबा घरी आले. मग काही दिवस घरी मुकाम्म ठोकला. सहासात दिवस त्यांचे भूत बाधा काढण्याचे काम चालू होते. काही दिवसांत विलासिनी संपूर्ण बरी होऊन पूर्ववत झाली. हिंडू फिरू लागली.

पण गोष्टीचा हा अंत नव्हता. मंगेश तडकाफडकी हे जग सोडून गेला. त्याच्या मृत देह पण सुकून गेलेला वाटत होता, असे म्हणता त. केस? ते तर फार वर्षा पूर्वीच पांढरे झाले होते. हे असे कसे झाले, गणेशने काही काळ गेल्या नंतर पीर अलीखान बाबांना जाऊन विचारलेही.

"बेटे, वह प्रेत आत्मा बहुत जिद्दही थी! वह खाली हाथ तो जाने वा ली नहीं थी! आपकी बीवी तो बच्गई मगर उस चुडेलने आपके भाईजानको उठालिया!"

ही घटना पण स्वयंस्फूर्त मानवी ज्वलनचा प्रकार तर नसेल ? का आणखी काही शास्त्रीय कारण असू शकते का? ते ज्या झाडा खाली झोपले तेथे, झाडा भवतील जमिनीत मेथानोजेन' नामक सूक्ष्म जंतू -विनॉक्सी जीवाणूचे पैदास घर (breeding ground) तर नसेल? विलासिन आणि मंगेशवर ह्या जीवाणूनि हला तर केला नसेल? प्रत्येकाला आपल्या प्रकृती प्रमाणे कमी वा जास्त त्रास होत असतो. कदाचित विलास्नीच्या तीव्र आजरामुळे मंगेशकडे दुर्लक्ष तर झाले नसेल? हे सारे माझ्या मनांतले प्रश्न मी तुम्हा वाच कांपुढे ठेवतो.

भाग २

एक चित्तथरारक पाठलाग

प्रस्तावना
(Prelude)

सिनेमातला किडा नसेन पण मी चित्रपटांचा शोकिन आहे. हजारो चित्रपट झाले असतील - हॉलिवूड, मॉलीवूड (मल्याळम सिनेमाला मॉलीवूडच म्हणतात, बरोबर?), मराठी (मराठीवूड म्हणाल?) आणि बंगाली देखील; त्यांत डब केलेले (dubbed) उपशीर्षक असलेले किंवा नसलेले (dubbed, sub titled or otherwise) चित्रपट होते. काही होते अनुकूलन (adaptations) आणि काही तर चक्क कॉपीकॅट आणि रिमेक होते (त्या सबंधी मी एक ब्लॉग 'Copycats of the Cinema World' लिहिला आहे.) पौराणिक (Mythological), अद्भुतरम्य (Romantic), मग त्या रम्य कथा असोत वा प्रेम कथा सर्व पाहून झाले. सुखात्मिका (comedies) आणि अद्भुत कथा (Paranormal and horror) मी तितक्याच उत्साहाने पाहात असे. अद्भुत कथा (Paranormal and horror) भरपूर झाल्या पण त्यांतील काही कथांनी माझ्या मनांत कायमचे घर केले आहे. कित्येक वेळा असे होते की आपल्याला संपूर्ण कथानक – प्लॉट आठवत असतो. पण सिनेमाचे नाव व त्यांतील पात्रांची नावे (तसेच कलाकार कोण होते) आठवत नसतात. आठवत असते ते डोळ्यां समोर उभे असलेले एक अंधुक चित्र - एखाद्या धुक्यातले अस्पष्ट चित्र. पाहिल्या पाहिल्या सारखं वाटणारा चित्रपट आपण पाहिलाही नसतो आणि तरीही आपल्या डोळ्यांसमोर एक कथा उभी राहाते. आणि माझ्या बाबतीतही असेच झाले आहे. असा चितपट मी कधी पाहिला होता? नक्कीच नाही! मग मला ही गोष्ट

सुचलीच कशी?

माझी कल्पनाशक्ती असणार! असो!

९ भागांत ही काल्पनिक गोष्ट वाचायला आवडेल?

गोष्टीची सुरवात अशी झाली.

चलातर मग शिरुया माझ्या ह्या गोष्टीत.

चित्तथरारक पाठलाग

प्रकरण १

एक प्रवास

९ जणांच्या ह्या गटांत एक २ वर्षांचा कैरान आपल्या आई, ज्युलिला अगदी बिलगून बसला होता. त्यांच्या सोबत तिचे पती, रॉबर्ट, नुकतीच लग्न झालेली जुलिची बहीण, जुडी, जुडीचा ऑस्ट्रेलियन नवरा, ऍडम, ऍडमचा भाऊ, शेन, रॉबर्टची अविवाहित बहीण, सॅन्ड्रा, शेनचा मित्र पीटर आणि रॉबर्टचा बालपणा पासूनचा आफ्रिकन मित्र, डेसमंड असे प्रवासी होते

शेन शरीराने नमुनेदार (typical) ऑस्ट्रेलियन बांधणीचा - सुदृढ शरीर , लठ पण स्थूल नाही, रुंद आणि भरीव खांदे आणि मजबूत मनगट. ऍडम होता सडपातळ, पण धष्टपुष्ट, तंदुरुस्त व धट्टाकट्टा एखाद्या ऐथ्लीट किंवा व्यायामपटू सारखे शरीर तो दिसायला देखणा, रुबाबदार आणि राजबिंडा होता. त्याच्या हनुवटीवरची 'वॅन डाईक' दाडी (Dyke Van Dyke beard) त्याच्या चेहऱ्याला मोहक आणि एकंदरीत त्याच्या व्यक्तिमत्वाला आकर्षक बनवले

होते. जुडी ही सुंदरतेचे एक उदाहरण (epitome of beauty) होती. आणि दोघांचेही, ऍडम व जुडी, ह्यांचे एकमेकांवर ' प्रथम तुझं पाहता' प्रेम जडले होते (love at first sight for both of them) आणि नंतर लग्न. जुलि सुंदर होती पण आता तिच्या जिभेला लागलेल्या अमेरिकन फास्ट फूडच्या चटकेमुळे तिचे वजन वाढत होते आणि तिच्या कमरे भवती चरबीचा टायर बानू लागला होता. पण तिच्या पेक्षा वयाने लहान तिचा नवरा रॉबर्ट म्हणत असे, "Darling, I love your belly and the tyres around it.It matches my ' healthy paunch'!" होय आपल्या वाढलेल्या ढेरीला तो 'सशक्त पोट' म्हणत असे.पण जुलि फार हुशार व

चाणक्ष्य होती. तिची बुद्धी अतिशय तीक्ष्ण. म्हणूनच तिचे सासरे गॅब्रिएल स्मिथ ह्यांनी जुलिला आपल्या मित्रा कडून अक्षरशः पळवून आणली होती. जुलि अल्बर्ट वॉशिंग्टन ह्याच्या लॉ फर्म मध्ये वैयक्तिक सचिव (personal secretary) म्हणून काम करीत असे. गॅब्रिएल स्मिथ ह्यांना सारे विशेषतः त्यांच्या जवळच्या वर्तुळात, तसेच मीडिया (सर्व माध्यमे) 'मिस्टर जिएस' असेच संबोधित करीत. मिस्टर जिएस ह्यांचे मित्राच्या लॉ फर्म मध्ये वरच्यावर येणेजाणे होत असे. जुलिची हुशारी, तीक्ष्ण व कार्यक्षमता मिस्टर जिएस ह्यांच्या नजरेतून सुटत नव्हती आणि त्यानी तिच्या समोर एक प्रस्ताव ठेवला - पगारात भरीव व अर्थपूर्ण वाढ आणि डेप्युटी डिरेक्टरचे उच्च पद !. कार्यक्षमता आणि कर्तृत्वाने जुलि लवकरच डिरेक्टर झाली होती. आता ह्या मुलीला आपल्याच कडे ठेवणे कठीण होते हे मिस्टर जिएसने जाणले होते आणि तिला कायमचे आपल्या कडे बांधून ठेवण्यासाठी तिला आपल्या कुटुंबाची सदस्य बनवणे गरजेचे होते. साधारण आठ वर्षांपूर्वी मिस्टर जिएस ह्यांनी जुलिला आपल्या कॅबिन मध्ये बोलावून असे विचारले होते,

"ज्युलि, माझ्या कोणत्या मुला बरोबर, डेसमंड का रॉबर्ट, कोणा ब रोबर तुझे संपूर्ण आयुष्य घालवण्याची तुझी तयारी आहे? पसंती अर्थात तुझी."

जुलिला असे होणार ह्याची कल्पना होतीच. तिच्या साह्याने त्यांचा व्यवसाय वाढला आणि त्यात विविधता पण आली होती, तिच्याच सुचने मुळे मिस्टर जिएस ह्यांनी एका लहान बजेट चित्रपटा साठी आर्थिक गुंवणूक केली होती. ही होती त्यांची चित्रपट सृष्टीतली पहिली उडीआणि आता गॅब्रिएल स्मिथ (मिस्टर जिएस) हे हॉलिवूड मधले एक मोठे नाव झाले होते. तसेच तिच्याच शिफारसीमुळे मिस्टर जिएसने आपल्या क्लब मधील स्नेही मिस्टर

विलसन ह्यांना आणि त्यांच्या जायन्ट फार्मासुटिकल्स (Giant

Pharmaceuticals) ह्या कंपनी कायद्याच्या कचाट्यातून सहीसलामत बाहेर काढले होते. 'जायन्ट फार्मासुटिकल्स विरुद्ध WHO अन् FDA' ह्या खटल्याच्या निकाला नंतर मिस्टर जिएस ह्यांची प्रतिष्ठा खूप उंचावली होती. ते त्या कंपनीचें 'सायलेंट पार्टनर' झाले आणि ह्या रीतीने त्यांचा फार्मासुटिकल व्यवसायात शिरकाव झाला. आज असा एकही व्यवसाय नव्हता ज्यात त्यांचा हात नव्हता आणि मिस्टर जिएस बिसिनेस टायकून (Business Tycoon) म्हणून ओळखू जाऊ लागले. तिने ज्या पद्धतीने ऑफिस म्हण्यापेक्षा जिएसचे संपूर्ण साम्राज्य संभाळले होते त्याच प्रमाणे स्मिथ ह्यांच्या घराची आघाडी तितक्याच तत्परतेने आणि आपुलकी ने संभाळली होती. रॉबर्टच्या आईचीही हीच इच्छा आहे हे तिला माहित होते. त्यांच्या वयातील (६ वर्ष) अंतरचे जुलिला काही वाटत नव्हते.

क्षणाचाही विलंब न करता आणि कोणतीही लज्जा न बाळगता जुलिने उत्तर दिले होते,

" सर, अर्थात रॉबर्ट, जर त्याला हा तुमचा प्रस्ताव मान्य असेल. डेसमंड हा अनिता नावाच्या एका डॉक्टरच्या जाळ्यात फसला आहे. रॉबर्ट आणि डेसमंड तिच्याच वडिलांच्या हॉस्पिटलात काम करतात. पण खरतर मी डेसमंडलाच पसंत केले असते -- उंच, धट्टाकट्टा, राजबिंडा पण मध्येच ही अनिता लुडबुडली तेंव्हा रॉबर्ट बरोबर आपलं नशीब अजमावूया, हा, हा!"

त्या नंतर एका वर्षात तिचे आणि रॉबर्टचे लग्न झाले आणि त्यानंतर महिन्याभरात डेस्मंड वअनिताचे.

आता जुलि दोन मुलांची आई होती. धाकटा कैरान जुलिया सोबत होता तर मोठा सायमन त्याच्या आजी, नॅन्सी स्मिथ बरोबर घरीच होता. नॅन्सी स्वतः एक उत्कृष्ट वकील होत्या आणि ही मंडळी प्रवासात असताना त्या आपल्या नवऱ्याला कामात मदत करून

घर आणि सायमनचा सांभाळ करणार होत्या.

डेसमंड आणि अनिताला एकच मुलगी होती, सायमनच्या वयाची. डेसमंडचे वडील मूळ दक्षिण आफ्रिकेतील केप टाऊन येथले. पण तेथे चालू होता वर्णभेदी संघर्ष आणि त्यांत काका आणि काकी मारले गेले. नंतर एका झटापटीत डेसमंडच्या आईचा मृत्यू झाला आणि त्याच्या वडिलांनी शिल्लक राहिलेल्या परिवारा बरोबर (एक मुलगा आणि वृद्ध वडील) केले अमेरिकेला स्थलांतर. थोड्या ओढाताणी नंतर ते येथे स्थायिक होऊ शकले आणि त्यात त्यांना मिस्टर जिएस ह्यांची मदत मिळाली होती. आपल्या मुलाच्याच शाळेत डेसमंडला प्रवेश मिळवून दिला होता आणि दोघेही एकाच वर्गांत होते. दरम्यान वृद्ध वडील वारले.

डेसमंडचे वडील मार्टिन लुथर किंग आणि गांधी –अहिंसा तत्वज्ञान ह्यांचे उत्कट व कडवे उपासक बनले. डेसमंड सहावी - सातवीत असतांना त्याचे वडील वारले आणि मिस्टर जिएस ह्यांनी डेसमंडला आपल्या पंखा खाली घेऊन आपल्या स्वतःच्या मुला प्रमाणे वाढवून मोठे केले. अर्थात त्यात नॅन्सी स्मिथचा सिंहाचा वाटा होता. डेसमंडचा स्वभाव वडीलांच्या उलट होता. 'जशास तसे' असे त्याचं तत्वज्ञान. कोणी त्याला 'निग्रो' किंवा 'निगर' (Nigger) असे हांक मारलेच तर त्याचा पारा चढत असे आणि मग हाणामारी. शाळा-कॉलेजच्या जीवनात अशा पुष्कळ किरकोळ पासून मोठ्या लढाई – झगडे डेसमंडचा सहभाग असे. पण केवळ मिस्टर जिएस ह्यांचे वजन व दबदबा ह्या मुळेच डेसमंड पोलिस कारवाई पासून लांब राहिला होता. आता रॉबर्ट आणि डेसमंड, दोघेही चांगले वैद्यकीय डॉक्टर झाले होते. ही होती शैक्षणिक मिळकत आणि याशिवाय डेसमंड पट्टीचा पोहणारा आणि उत्कृष्ट वाहन चालक म्हणजे ड्राईव्हर होता. साहजिकच म्हणूनच गाडी चालवण्याचा पहिला मान त्याने घेतला.

अनिता ह्या प्रवासात सामील झाली नव्हती कारण तिला वडिलांच्या हॉस्पिटलची व्यवस्था बघायची होतीच आणि त्याच बरोबर आपल्या ५ वर्षाच्या नटालियाची काळजी घेण्याची होती.

ह्या गटांतील पुरुष मंडळींनी प्रत्येकानी आळीपाळीने गाडी चालवायचे असे ठरवले.

पण ही सारी मंडळी प्रवासाला कोठे जात होते?

प्रकरण २

ती भयानक रात्र

ह्या प्रवासाची संपूर्ण तयारी बऱ्याच काळा पासून सुरु होती कारण प्रवासाची सुरवात करण्यापूर्वी अनेक गोष्टींचें नियोजन करणे आवश्यक होते. हॉस्पिटलचे दोन्ही ज्येष्ठ डॉक्टर प्रवासात असल्या मुळे डेसमंडच्या बायकोने प्रवासात सामील न होण्याचा निर्णय घेऊन हॉस्पिटल सांभाळण्याची जबाबदारी घेतली. अशा रीतीने अनिताने हॉस्पिटल सांभाळून आपल्या खोडकर मुलीची देखरेख करण्याची दुहेरी जबाबदारी घेतली होती. नटालिया डेसमंडच्या वळणावर गेली, त्याच्यासारखीच द्वाड असे अनिता तिच्या नवऱ्याला वारंवार सांगत असे.

वास्तविक मिस्टर जिएस ह्यांचीच ही प्रवासाची सर्व कल्पना होती. जुलिने एक ब्रेक घेलाच पाहिजे असा आग्रह मिस्टर जिएस ह्यांनी खूप वेळ धरला होता.आणि आता त्यांनी तिला महीना भराची सुट्टी भाग पाडले होते.

" जुलि, तुला आणि रॉबर्टला विरामाची गरज आहे. तुम्हा दोघांना ब्रेक घेणे आवश्यक आहे. रॉबर्ट आणि डेसमंडला प्रवासाची फार आवड आहे, विशेष करून जंगल सफारीची. तुम्ही सारी जाच!. सोबत तुम्ही तुझ्या नवविवाहित बहिणीला- जुडी बरोबर? तिचा नवरा , ऍडम आणि तुमची मित्र मंडळी. सारे लवकर निघा. इथली सर्व व्यवस्था मी पाहीन. तू नेमलेली माझी सेक्रेटरी, माया आहें मदतीला. अर्थात नॅन्सीची मदत असेलच कीं!"

पण अजून बरेच काही करायचे शिल्लक होते. मुख्य म्हणजे योग्य वाहानाची निवड करणे. तशी त्यांच्या कडे अनेक गाड्या होत्या. जुलिने भकम व दणकट कॅरव्हॅन ट्रेलर पसंत केली. ही एअर कंडिशन्ड गाडी म्हणजे चाकांवर जणू एक घरच! एक '१

बी एच के फ्लॅट' म्हणा! लहान पण सुसज्ज स्वयंपाकघर, त्यांत मॉर्डन फर्निचर, फ्रीझ, ऑव्हन, मिक्रोवेव्ह, ग्रील, खिड्कीलागून वनभोजन ठिकाण (बार्बीक्यू पॉईंट), वगैरे. किचनला लागून स्नानगृह व शौचालय. आणि बाहेर एक दिवाणखाना , त्यांत बसण्यासाठी १० आसने होती, ज्यांचे रात्री आरामदायी पलंगात रूपांतर करता येत होते.गाडीची रचना खास त्यांच्या गरजेनुसार केली होती - सेल्फ डिझाईन्ड. गाडीत अत्याधूनिक सर्व सुविधा होत्या. हे झाले गाडीचे.

सकाळचा नाश्त, दोन वेळचे जेवण, खाण्या - पिण्यासाठी लागण्याच्या वस्तूंची तरतूद, ह्या शिवाय प्रथमोपचारचे बॉक्स परिपूर्ण ठेवणे, ह्या सर्व गोष्टींकडे जुलिने काटेकोरपणाने आणि लक्ष घातले होते. ह्या प्रवासाला, जंगल सफारी म्हणजे बिकट वाटचाल- वन्य श्वापदे, रानटी जमात व गुन्हेगार - ह्यांच्यापासून रक्षणा करिता लागणाऱ्या शास्त्रापासून हत्यारांना लागणारा दारूगोळा आणि सर्वांसाठी लागणाऱ्या आवश्यक परवानग्या मिळवणे हेही जुलिने पाहिले होते आणि म्हणूच त्यांचा प्रवास अजून पर्यंत सुरळीत झाला .होता. कोणत्याही चेक नाक्यावर कोणताही अडथळा आला नव्हता.जुलिच्या सांगण्यावरून गाडीत ३ मोटर बाईक घेण्यात आल्या होत्या. रॉयल एनफिल्ड कंपनीने ह्या मोटारसायकली खास स्मिथ परिवाराकरिता बनवल्या आणि त्यांची खुल्या बाजारात विक्री होणार नव्हती. अतिशय वेगवान, रक्षणकर्ता ढाल, रॉकेट क्षेपणास्त्र, अंकात्मक प्रतिमा निर्माण करण्याचे उपकरण, अश्रूधूर व इतर विषारी वायू सोडण्याचे यंत्र, इत्यादी; अशी होती ह्या बाईकची वैशिष्ट्ये.

आतापर्यंत पिटर सोडून सर्वानी आळीपाळीने गाडी हाकण्याचे काम केले होते. आता पिटर गाडी चालवीत होता. ते आता जंगलातील अज्ञात भागातून जात होते. स्टेअरिंगवरवर पिटर बराच काळ होता. तो अतिशय सावधगिरीने, युक्तीने, सफाई

व कौशल्यपूर्णतेने गाडी चालवीत होता. चिकाटी व सबुरी बाळगण्याची आवश्यकता होती कारण प्रवासातील हा विस्तार फार बिकट आणि खडतर असा होता. येथे झाडी दाट होती , रस्ता खडबडीत होता आणि त्या शिवाय मिनिटा मिनिटाला अंधार वाढत होता. ते आता घनदाट रानातून वाट काढीत पुढे जात होते. पर्जन्यवन प्रदेश म्हणजे चपावसाचे जंगल (रेन फॉरेस्ट) असल्यामुळे पर्जन्यवन विषुववृत्तीय घनदाट जंगल व वर्षभर पाऊस असणारच. आणि खोल अरण्यात आले होते. आता पिटर स्टेअरिंगवर असल्या पासून बराच काळ उलटला होता.

"झकास!", असे ओरडून पीटरने गाडी थांबवली. *"ही जागा खूप छान आहे. येथे गाडी पार्क करून आपण आपला तळ ठोकूया. काय वाटते डेसमंड?"*

खरोखर जागा उत्कृष्ट होती, सपाट जमीन - जणू खास त्यांच्या करिताच बनवली असावी, आजूबाजूची झाडेझुडपे छाटून परिसराचे जणू एक मोठे मैदान केला होते - जणू संपूर्ण परिसर ओरडून ओरडून सांगत होता , *" या रे आणि लावारे तुमची छावणी आणि करा धमाल!"* सर्वांचे एक मत झाले आणि तेथे तळ ठोकण्याचा निश्चय झाला.
डेसमंडने स्वच्छेने आजूबाजूचा परिसर न्याहाळण्याचा ठरवले. बऱ्याच वेळाने तो परतला.

"जागा आरामदायी व उबदार आहे पण निर्जन आणि एकांत वाटते. एक भला मोठा तलाव म्हण्यापेक्षा तळे पाहिले. सुरक्षित असावे, तळ्यात दहा ते बारा खडे टाकून पाहिले, तळ्यात एकही चिटपाखरू लपलेले नव्हते - ना मगर ना सुसर. एक डुबकी मारून मनसूक्त पोहूंया आणि आपला प्रवासातला शीण घालवूया. पण तत्पूर्वी आपला 'ड्रिंक्स' चा कार्यक्रम सुरु करूया."

"मी क्षणही थांबू शकत नाही. घामाने नुसता बेजार झालो आहे"

असे म्हणत पिटरने तळ्याच्या दिशेने धाव घेतली.

"पिटर, काळजी घे!" पण पिटरचे सॅन्ड्राच्या ह्या काळजीपूर्वक सल्ला त्यांनी ऐकलाही नसाव

तीव्र आणि तीक्ष्ण बुद्धी असलेल्या जुलिच्या नजरेतून सॅन्ड्राची पिटर बद्धलची विशेष आपुलकी, डोळ्यातील वाजवी पेक्षा जास्त व काळजी कशी काय सुटणार? खरेतर ती पिटर कडे आज काल खास लक्ष देत होती आणि त्याच्या पांचट विनोदाला दाद देऊन त्यावर दिलखुलास हासत असे. तिच्या ह्या निरीक्षणा बद्धल तिने रॉबर्ट आणि ऍडमला कैक वेळा सांगितले होते . पण प्रत्येक वेळी दोघांनी तिला मुर्खात काढले. तुझी ही केवळ एक कल्पना आहे, असे ते म्हणत.

गाडीच्या बाहेर घडीची टेबल लावण्यात आली आणि भवती घडीच्या खुर्च्या होत्या. आणि पुरुषमंडळींचा 'ड्रिंक्स' कार्यक्रम जोरात सुरु झाला. पांच लिटरची 'ग्लेनफिड्डीच जॅनेट शीड रॉबर्ट्स रिसर्व १९५५ व्हिस्की' ही जगातील सर्वात दुर्मिळ आणि महाग दारू, अर्थात जिएस ह्यांच्या सौजनन्याने त्यांच्या पुढ्यात होती. सारे कसे आपापल्या जागेवर खिळून बसले होते आणि हातातील ग्लास रिकामा झाल्या झाल्या भरला जात होता. मात्र डेसमंड अधून मधून आंत जाऊन महिलांना कामात हातभार लावत होता. त्याला पाककला अवगत असल्यामुळे त्यांना स्वयंपाकांतही मदत करीत होता. साऱ्या महिला स्वयंपाक बनवत असताना सॅम्युएल ऍडमस युथोपिया ह्या बियरचे घोट घेत गप्पाही मारत होत्या. ही उंची बियर देखील अर्थात जिएस ह्यांच्या सौजनन्याने होती, हे वेगळे सांगण्याची गरज नाही. सॅन्ड्राचे कशातच लक्ष नव्हतं. बियरचे केवळ एक दोन घोट घेतले असावेत. ती वारंवार गाडीच्या खिडकीतून बाहेर डोकावत होती. ती एका जागेवर स्थिर राहत नव्हती. शेवटी जुलि तिला म्हणाली,

"सँडी काय चालाय तुझं? तो त्याची स्वतःची काळजी घेईल की!"

" काय... कोण? मी ...," सॅन्ड्रा काहीशा गोंधळून, अस्पष्ट आवाजात आणि अडखळत पुटपुटली.

अचानक जुडी उभीराह्त उद्गारली, *"मी आलेच! माझ्या देखण्या ऑसी सोबत थोडी मजा लुटुया!"*

तिच्या नजरेत एक खोडकर चमक होती. ती थेट ऍडमच्या दिशेने धाव घेली. बाहेर पुरुषांच्या गप्पा देखील रंगल्या होत्या.

"कायरे रॉबर्ट, ही जेनेट कोण? तुझी एक्स?", ऍडमने हसतहसत विचारले, " हाहा! म्हणून जिएस साहेबानी ही भेट दिली वाटते."

"म्हणजे तुला ग्रेट व्हिस्की बद्धल काहीच माहित नाही असे दिसते! ग्लेनफिड्डीच स्कॉच व्हिस्कीचे भले मोठे लाकडी पिंप १९५५ च्या नववर्षपूर्व संध्याकाळ पासून 'एजिंग' साठी ठेवण्यात आले होते. जेंव्हा जॅनेट शीड रॉबर्ट्स वयाच्या ११० वर्षी (त्या त्यावेळी स्कॉटलंड मधल्या हयात असलेल्या सर्वात वृद्ध महिला होत्या) स्वर्गवासी झाल्या. त्या कंपनीचे संस्थापक, विलियम ग्रांट ह्यांच्या नातं होत. माझी एक्स वगैरे कोणी नाही. असो. आणि त्यांच्या सन्मानार्थ ह्या व्हिस्कीला ग्लेनफिड्डीच जॅनेट शीड रॉबर्ट्स रिसर्व १९५५ व्हिस्की असे देण्यात आले. पिण्या पूर्वी व्हिस्की जाणून घ्या .... "

"रॉबी भाई, भरपूर दिलेस ज्ञान माझ्या देखण्या ऑसीला बाकीचे शिक्षण चल माझ्या कडून घे. चल उठ , डार्लिंग ऍडी."

ऍडमचे पाय तेथून हलायला तयार नव्हता. ड्रिंक सोडण्यास नाखूष होता. पण जुडीने त्याला खेचून नेण्यास सुरवात केली. ग्लासमध्ये असलेली व्हिस्की, चांगली अर्धा ग्लास होतेकी, ऍडमने एकादमात

घशात ओतली.आणि,

"बॉटम्स अप! तुमचं मात्र चालू द्या."

असे म्हणत तो जाडीच्या हातात हात घेऊन तव्याच्या दिशेने जुडी सोबत निघून गेला.

"ही ॲडम - इव्ह ची जोडी कोठे गेली? पार एकामेकात गुंतले - बुडून गेले होते, मी त्यांना हाताने खुणावलं, पण त्यांचे माझ्या कडे लक्ष होते कोठे!" पिटर परतला होता.

"इव्ह नव्हे रे, तिचे नाव जुडी आहे." कोणीतरी म्हणाले.

"मला माहित आहे, ती जुडी आहे," पिटर गमतीत म्हणत होता," पण हे प्रेमी युगल ह्या काळातले ॲडम आणि इव्हच, खरोखर! परंतु ह्यांना त्या तव्यात किंवा किनाऱ्यावर सफरचं काही मिळणार नाही. हा! मिळालीच तर एखादी बाहुली, जशी मला ही मिळाली. बघा!"

पिटरचा आवाज ऐकून सॅन्ड्रा गाडीतून उतरून थेट ॲडमच्या दिशेने धावत सुटली. तिने स्वतःला वेळेत सावरले.

"बाहुली?" डेसमंडने ओरडुनच विचारले,*"मला ताबडतोब दाखव ती बाहुली! पिटर दाखव पटकन!"*

खिशातून लगबगीने बाहुली काढीत पिटर म्हणाला, *"ही आहे..... "*

"अरे देवा! काय तुझी बुद्धी भ्रष्ट झाली आहे?" डेसमंड उदगारला, *"त्या वस्तूला तू हात लावायला नको होतास. देव जाणो आता काय होईल . जितक्या लांब फेकता येईल तितक्या दूर तिला भिरकावं!"*

क्षणाचाही विलंब न लावता बाहुली भिरकावण्यात आली. सारे दचकले. डेसमंडच्या आवाजातील गाम्भीर्य आणि पिटरने तत्परतेने केलेली प्रतिक्रिया, हे सारे इतक्या झपाट्याने झाले की सारे भांबावून गेले. नेमके काय होते त्यात? बॉम्ब? की त्याहून भयंकर?

दरम्यान ॲडम आणि जुडी तया तळ्याच्या बाजूने पुढे जात होते. उजव्या बाजूस एक कच्चा मार्ग आणि त्याला लागूनच होती एक निमुळती पाऊल वाट झाडाझुडपातून जात होती आणि तीच पकडून दोघेही पुढे निघाले. त्यांची वाटचाल मंद गतीने चालली होती, झाडांच्या फांद्या बाजूला सारीत तर अधून मधून अंगा कपड्यांना चिकटलेले बियाणे किंवा रुतलेले काटे काढणे ह्या सर्वा मुळे दोघेही हळू हळू पुढे जात होते. अधून मधून ते थांबून कानोसा घेत. वाटेतील वेली, खाच खळगे चुकवत आणि काही अंतर पाउलांचा आवाज न करता थोड्या वेगाने पुढे सरकत होते. काही अंतर तर त्यांनी अक्षरशः धावतच पार केले असावे.आपण असे किती काळ चाललो, किती काळ धावलो आणि किती लांब आलो - ह्यांची दोघांना कल्पना नव्हती. झाडांच्या पानांतून लूक लुकणारी प्रकाश किरणे त्यांच्या डोळ्यांवर पडू लागली. काही अंतरा वरून येणाऱरी ही फडफडणारी प्रकाशाची किरणे ही मशालींच्या ज्वाळांची असणार असे ॲडमला वाटले. आता त्यांच्या कानीं ढोल,ताशा, मृदूंग, तुतारी आणि इतर वाद्यांचा आवाज पडू लागला होता. हे सारे काय आहे आणि ते पाहण्याची त्यांची उत्सुकता वाढली. अक्कल आणि सद्सद्विवेक बुद्धी पेक्षा कुतूहलतेचे पारडे बऱ्याचदा जड असते. आणि ह्या वेळी तेंच झाले. जुडी त्याला अक्षरशः खेचडत पुढे नेऊ लागली. आता त्यांना अनोळखी भाषेतील गाणी आणि विचित्र आवाजातील कुजबुज ऐकू येत होती. जसजसे ते पुढे जात होते तसे संगीत आणि अजब आरडाओरड व नवख्या भाषेतील गाण्यांचा आवाज वाढत होता. हे सारे जवळच काही फुटांच्या अंतरावर घडत असावे. आता ॲडम

पुढे आणि त्याच्या मागे पण त्याला बिलगून चालत होती जुडी. ऍडमने पुढे सरसावून एका झाडाची फांदी वाकवली आणि पाने बाजूला सारून तो पुढील दृश्य पाहू लागला. आणि त्याच्या पाठीवर आपली छाती ठेऊन जुडी देखील समोर काय घडते ते पाहू लागली.

दोघेही आपली मान लांब करून आणि संपूर्ण डोके तयार केलेल्या पानांच्या पोकळीतून बाहेर काढून काय घडते ते पाहात होते. जरी ते घटना स्थळापासून फार जवळ नव्हते तरी काय घडते ते स्पष्ट दिसत होते. समोर माणसांची झुंबड होती. त्या जमावात काही हिप्पी युवक, काही भिल्ल व हबशी होते. बहुसंख्य अमेरिकन, काळे (निग्रॉ) आणि गोरे. काही जण फाटक्या कपड्यात तर काही अर्ध नग्न वा चक्क संपूर्ण नग्न! बऱ्याच जाण्याचे हात, पाय किंवा संपूर्ण अंग चित्र विचित्र आकृतींनी गोदवण्यात आले होते.

जमावाच्या मध्यभागी एक चिता रचण्यात आली होती, ज्या प्रमाणे हिंदू प्रेत आत्म्याला चितेवर अग्नी देऊन मोक्ष देतात अगदी त्याच प्रमाणे. पण ह्या चितेवर प्रेत नव्हते तर एक जिवंत महिला संगीताच्या तालावर आपलं शरीर एखाद्या नर्तकी प्रमाणे डोलावीत होती. तिच्या हात आणि पायच्या कृती मादक नृत्य वाटत होते. तिच्या भवती काही माणसे गोल नाचत होती, तर काही जणच्या हाती पेटलेल्या मशाली किंवा वेगवेगळी वाद्य. सारे कोणत्यातरी नशेत असावेत असे वाटत होते.

संगीताने आता उच्चान्क गाठला, म्हणजे इंग्रजीतला क्रिसॅन्डो गाठला! त्या बाईचे हातवारे आता जोरात होऊ लागले, ती तिच्या भवती नाचणाऱ्यांना मादकतेने आपले हात लावीत होती आणि ते वाकून तिच्या अंगाला स्पर्श करून काहीतरी करीत होते. तिच्या अंगावर आता रक्ताचे डाग उठले होते. अचानक नाचणाऱ्या एका व्यक्तीने आपल्या एका हाताने तिचे तोंड उघडून दुसऱ्या हाताने

आपली करंगळी चिरून ओघळणारे रक्त तिच्या तोंडात टाकले. त्याचे रक्त तिच्या ओठावरून खाली गळ्यावर, मग तिच्या उघड्या स्तनांवर आणि नंतर जमिनीवर सांडू लागले.

जुडी भितरली होती. तिच्या हृदयाची धड धड क्षणा क्षणाला वाढत होती आणि ऍडमला त्याच्या पाठीवर पडणारे तिच्या छातीचे ठोके स्पष्ट ऐकू येत होते ----ठक, ठाक, ठक, ठाक! आणि जुडी मोठ्याने किंचाळली,

"बाप रे! ओ गॉड!

प्रकरण ३

जादूटोणा आणि चेटूक विद्या

डेसमंड म्हणत होता, *"अशा रीतीने तुम्हाला घाबरवण्याचा माझा हेतू नव्हता. ते सारे अचानक घडले. पिटरला जी वस्तू मी फेकायला सांगितली ती काय होती माहीत आहे? ती होती एक वूडू बाहुली! होय, जिचा उपयोग जादूटोणा व चेटूक विद्या वापरण्यासाठी केला जातो. माझ्या बाबतीत जे घडले ते तुम्हाला सांगितलेच नाही. मी आजूबाजूची टेहळणी करत असतांना, अर्थात त्यावेळ्स त्याचे विशेष असे काही वाटले ना...."*

"डॉक्टर डेसमंड," रॉबर्ट त्याला प्रथमच डॉक्टर असे हांक मारत होता आणि ते सुद्धा 'डॉक्टर' ह्या शब्दावर जोर देऊन, *"काय हे! तुमच्या सारखा शिकलेला, ते सुद्धा विज्ञान शास्त्रातील उच्च पदवी घेतलेला डॉक्टर असल्या भाकड गोष्टींवर विश्वास ठेवतो! मला सांगू नकोस तुझ्या सारखा ' मॅन ऑफ सायन्स ' जादूटोणा, चेटूक विद्या वगैरे 'बुलशीट' गोष्टी मानतोस ! ह्याला जगातील कितवे आश्चर्य म्हणावे?"*

आपल्या मित्राच्या बोलण्याकडे लक्ष न देता डेसमंड पुढे सांगू लागला, *"आता सांगतो. होता एक मानव शरीराचा एक. त्यावेळी मला वाटले एखाद्या श्वापदाने अर्धवट खाऊन टाकलेला तो भाग असावा. पण आता मला वाटत नाही."*

"असे कां? ," सारे एकाच दमात ओरडले.

रॉबर्टचे मात्र *"बुलशीट, बुलशीट"* चालूच होते.
"तो स्त्रीचा उजवा हात, स्त्रीचा अथवा अतिशय नाजूक पुरुषाचा. आता मला आठवलं. त्या हाताच्या मनगटावर एक रिस्ट बँड बांधला होता. ते कंकण विचित्र मण्यांनी आणि रंगीत पिसांनी

गुंफले होते. सारे गूढ होते. त्यावेळी मला विशेष काही वाटले नाही. पण कोठेतरी माझ्या सुप्त मनाने त्याची नोंद घेतली असावी आणि त्या बाहुलीच्या प्रकार नंतर...."

"छोड यार," रॉबर्ट आपली मोडकाठी घालताच होता.

"रॉबी कडे दुर्लक्ष कर. मला माहित आहे की तुला ह्या गूढ विषयाचे भरपूर ज्ञान आहे," इतरांसाठी स्पष्टीकरण करत ती पुढे म्हणाली, "मिस्टर जिएस सांगत तू प्रत्येक सुट्टीत कसा आफ्रिकेला तुझ्या मावशी मिस सोबर्स ह्यांच्याकडे जात असे. त्या ह्या सर्व विषयातील तज्ज्ञ मानल्या जात, शिवाय त्या नावाजलेल्या मांत्रिक होत्या. भूतकेत त्यांच्या सावलीस देखील उभी राहत नव्हती. हे दोघे मेडिकलला गेले त्या वर्षी त्या बि बिच्चाऱ्या स्वर्गवासी झाल्या असे मला वाटते. डेसमंड, असो. पण आता आपण काय करायचे?"

"सबुरी आणि धीर! आपल्याला थोडे सावध राहण्याची गरज आहे. सैनिकी तालीम व चांगले वैद्यकीय उच्च शिक्षण घेऊन सुद्धा माझ्या नजरेतून हे त्यावेळी कसेकाय सुटले, देव जाणे! पण जुलि, माझ्या सुप्त मनाने त्या सर्वांची नोंद घेतली होती आणि म्हणून त्यावेळी नजरेतून निसटलेली महत्त्वाची गोष्टीचे स्मरण झाले."

"कोणती महत्वाची गोष्ट? अजून काही भयानक ?"

"त्या हातावर श्वापदांच्या नखांच्या किंवा दातांच्या खुणा नव्हत्या. कुर्तडलेलाही नव्हता. ह्याचा अर्थ अर्धवट खाऊन टाकलेल्या शवाचा भाग नव्हता. दुसरी महत्वाची बाब म्हणजे तो हात खांद्या पासून एखाद्या धार धार शास्त्राने कापला होता - कदाचित कुऱ्हाड अथवा तलवार असावी. हात अजून सडला नव्हता, रक्त जरी ओघळत नसले तरी गोठलेले नव्हते. काही तासांपूर्वी घडलेली ही घटना असावी. इथले सर्व आवरलेले बरं.," असे म्हणत डेसमंड ट्रॅव्हलर गाडीत शिरला.

"रॉबी यार, मला वाटते साऱ्यांचे झाले आहे. जुडीने बियरचे घोट घेत व्यवस्थित खाल्ले आहे , अर्थात तिच्या प्रमाणानुसार, तुम्हाला माहीतच आहे तिला स्वतःचा बांधा टिकवायचा आहे! हांहां ! पण बिचाऱ्या ऍडमचे काय? तिने त्याला धड पियूही दिले नाही."

"जुलि, माझ्या भावाची काळजी करू नकोस. दोघेही एकमेकांचे सर्व काही मॅच करण्यात नेहमी तत्पर असतात, अगदी एकमेकांचे बांधे देखील...... "

शेनला मध्येच अटकावत सॅन्ड्रा पचकली, *"होय फॅटसो तू बरोबर आहेस! म्हणूनच तुम्हा दोघात इतका फरक. तो सडपातळ तर तू असा लठ्ठ."*

"एकतर मी लठ्ठ नाही! सॅन्ड्रा, ज्या पद्धतीने तू एखाद्या अधाशी माणसा सारखी खादाडतेस, हत्तीही तुझ्याशी दोन्हांत करणार नाही. आणि पिटर .... "

ह्याच घटकेला गाडीच्या टपावरील लाईटचे किरण थेट सॅन्ड्राच्या चेहऱ्यावर पडलेल. लज्जेने ती लालबुंद झाली होती. पिटरचे नाव घेताच तिचे असे लाजणे, आणि लालीने चेहरा इतका उजळलेला पाहून सारे सूचकतेने जाणीवपूर्वक हसू लागले.पिटर मात्र उठून उभा रहात म्हणाला,
"चला आंत जाऊया आणि तेथील रामरगडा आवरूया."

"त्याची आवश्यकता नाही, आम्ही लेडीजनी सारे आवरले. ऍडम आणि जुडी अजून आले कसे नाहीत? दोघांनी एव्हांना यायला हवे होते."

डेसमंड गाडीतून बाहेर येत म्हणाला, *"जुली तू बरोबर आहेस. त्यांना भरपूरच वेळ झाला आहे. मी बाहेर जातो आणि पाहून येतो."*

त्याच्या कंबरेच्या पट्यात दोन्ही बाजूस पुस्तुलासाठी चामडी पिशव्या होत्या. उजवीकडील होलस्टर मध्ये रुजर एलसीर म्हणजे लाईट- वेट - कॉमपॅक्ट रिव्हॉल्वर अर्थात हलक्या वजनाची संक्षिप्त पिस्तूल, ज्यात अपूर्व वौशिष्ट्ये होती - पॉलिमरची मूठ, आणि केवळ पुस्तुलाची नळी आणि सिलिंडर म्हणजे दंडगोल ह्या दोनच गोष्टी स्टेनलेस स्टीलच्या होत्या आणि म्हणून पिस्तुलाचे वजन केवळ ३८० ग्रॅम होते. डावीकडील होल्स्टर मध्ये इटाली घडणावळीची चीअप्पा रायनो हे पिस्तूल. ह्याची वैशिट्ये होती - ;पुस्तूलचा संपूर्ण सांगाडा उच्च तन्यता असलेल्या अल्युमिनियम धातूचा तर दंडगोल व दंडगोलातील ९ मी.मी.कप्पे पॅराबेल्लीयम ह्या मिश्रण धातूचे आणि सर्वात महत्वाचे वैशिष्ट्ये म्हणजे पुस्तूलाच्या नळीची आस खालच्या पातळीवर होती. त्यामुळे ९ X २१ मी मी काडतुसे दंडगोलाच्या सर्वात खालच्या कप्प्यातून झाडल्या जात. इतर पिस्तुलातून त्या सर्वात वरच्या कप्प्यातून झाडल्या जातात.

ह्या दोन पिस्तुला व्यतिरिक्त डेसमंडच्या रुंद खांद्यावरून एक ऑटोमॅटिक रायफल लटकत होती. त्याने रात्री - दृष्टी करीता डोळ्यात एन. व्ही.जी म्हणजे नाईट व्हिजन गॉगल घातले होते. व्हिएतनामच्या युद्धात त्याने अनेकदा ह्या उपकरणाचा वापर केला होता. ह्या गॉगल मुळे संपूर्ण अंधारात देखील लक्ष टिपण्यास सहज शक्य असे. डेसमंड लांब लांब पावले टाकीत हा हा म्हणता फार दूर पोहोंचला आणि काळोखात विलीन झाला.

जुडीच्या किंचाळीची तीव्रता आणि आवेग कमी करण्याचा अटोकाठ प्रयत्न जुडीचे तोंड दाबून ॲडमने जरूर केला पण

तिच्या दबक्या आवाजातील किंकाळी त्या लोकांच्या कानी पडलीच. दोघे आपल्या जागी रुतून \बसले होते, त्यांना हालता येत नव्हते. तो सारा घडत असलेला प्रकार पाहून ते दोघेही जणू मंत्रमुग्ध होते. परमेश्वराची कृपा म्हणा, दोघे त्या जमावा पासून तसे लांब होते आणि ती माणसे कसल्यातरी नशेत वाटत होती.

अचानक त्यांच्यातील कोणीतरी ओरडले, *" @#$@@ त्या तेथे कोणीतरी आहे! कोण साक्षीदार नकोत आपल्याला! पकडा आणि नष्ट करा!"*

त्या माणसाच्या ओरडण्याने ऍडम प्रथम भानावर आला. आणि त्याच्या पायांतही त्राण आले. जूडी अजून त्याच स्थितीत होती. त्याने तिला खेचून नेण्यास सुरवात केली. आता तीही भानावर आली आणि दोघांनी तेथून पळ काढण्यास सुरवात केली.

पाठलाग करणाऱ्यांच्या पाऊलांचा आवाज येत होता. पण दोघांना चांगला प्रारंभ (हेड स्टार्ट) मिळाल्या मुळे फायदा झाला. आणि दोघेही उत्तम धावपटू होते. त्यांच्यातले आणि पाठलाग करणाऱ्यां मधले अंतर आता वाढत असावे कारण त्यांच्या पाउलांचा आवाज ऐकू येत नव्हता.

ते आता कॅम्प जवळ आले होते. ट्रॅव्हलरचे दिवे दिसू लागले. इतक्यात ऍडमच्या खांद्याला काहीतरी चाटून गेले. त्याला डंक किंवा दंश झाल्याचा आभास झाला आणि त्याला भयंकर वेदना होऊ लागल्या. अचानक बंदूक झाडल्याचा आवाज आला आणि त्याच बरोबर पाठलाग थांबला. डेसमंडने गोळी झाडली होती. त्याने धावत पुढे येऊन ऍडमला सावरले. त्याचे शर्ट रक्ताने माखले होते. दोघांनी मिळून त्याला ओढत, ढकलत व खेचत कसे बसे ट्रॅव्हलर आणले. सुदैवाने जखम खोल नव्हती.जखम केवळ वरवरच्या पृष्ठ भागाला झाली असली तरी रक्त फार गेले होते. संपूर्ण शर्ट रक्ताने भिजला होता आणि वेदना असह्य झाल्या होत्या.

डेसमंड आणि रॉबर्ट ह्या दोन्ही डॉक्टरांनी मिळून प्रथम उपचार सुरु केले. कृत्रिम निद्रा आण्यासाठी डायझापॅम ह्या सौम्य सिडेटिव्हचे (शामकचे) इंजेकशन देऊन त्याच्या जखमेवर मलम पट्टी केली आणि हे सगळे होत असतांना दोघांनीही जुडी कडून सारी हकीकत ऐकली. ऍडमला चाटून गेलेला एक बाण होता, जो एका झाडात रुतला होता. तो काढून डेसमंडने त्याचे सविस्तर निरीक्षण केले. त्याला विष वगैरे काही लावले नव्हते, होते ते केवळ ऍडमचे रक्त आणि झाडाचे लाकूड.

ते सर्व आपल्या सामान सुमनांची बांधाबांधी करीत होते आणि त्यांच्यावर नजर ठेवली जात होती. टेहळणी काम चालू असणार आणि त्यांच्यावर पाळत ठेवली जात असणार ह्याची डेसमंडला कल्पना होती. त्यांच्या त्या दुष्ट कृत्याचे साक्षी पाठी सोडणे शक्य नव्हते. त्यांनी आपली नाईट व्हिजन दुर्बिणीने पाहून खात्री केली.. कमीत कमी ते चार जण असावेत, कदाचित जास्ती पण असतील. जुडीने सांगितलेल्या माहिती आणि वर्णनावरून डेसमंडचा कयास होता की तेथल्या जमावात साधारण विसापेक्षा जास्त माणसे असावीत. त्यांच्या कडे कोण कोणती शस्त्र होती? भाले, कुऱ्हाडी, तलवारी, धनुष्य-बाण, चाकू- सुरे तर होतेच, पण आणखी काय? त्यांच्या कडे बंदुकी होत्या? येथून लौकर निघण्याची आवश्यकता आहे हे त्याला माहीत होते.

डेसमंडने सर्वांना दिवे मंद करून खिडक्यांचे पडदे बंद करण्याचा आदेश दिला. तसेच आपापली शस्त्र तपासण्यास सांगितले. प्रत्येकाकडे एक रायफल आणि एक किंवा दोन पिस्तूलं, आणि त्या सर्वांत काडतुसे भरून सर्व बंदुकी सुसज्ज ठेवण्यात आल्या आणि प्रत्येका जवळ हाताशी भरपूर काडतुसे ठेवली. पिटर आता स्टेअरिंगवर बसला. त्याच्या बाजूच्या सीटवर रायफल आणि काडतुसे आणि एक शॉट गन हाताशी तयार होते. डेसमंडला त्याच्या सैनिकी कार्यकाळामुळे ह्या ठिकाण्याच्या

परिस्तिथीची म्हणजे टोपोग्राफीची साधारण कल्पना होती. ह्या वेळेस परत जाण्यासाठी एक वेगळा मार्ग त्याने मुद्दाम निवडला. हा मार्ग जास्त लांब पल्ल्याचा होता. त्या मागे त्याचा हेतू होता, आता डेसमंडने सर्व मार्गदर्शन आपल्या हाती घेतले. काय करायचे काय नाही हे सर्व तो ठरवू लागला. आपण एक संघ असल्या सारखे काम करूया असा आदेश त्यांनी फर्मावला. प्रत्येकाला गाडीत ठराविक जागा दिल्या. सर्वांनी मोक्याचे मोर्चे बांधले. त्याच्यातील कर्नल जागा झाला होता. गाडीचे बंकर मध्ये रूपांतर झाले होते. एक चालणारी छावणी होती !

त्यांचा उद्देश होता सर्व प्रथम एका सुरक्षित जागी पोहोंचणे .

त्यांचा ध्येय सिद्ध झाला कां? वाचा पुढील भागात.

प्रकरण ४

फरारी सैनिक

जॉर्ज वॉशिंग्टन एक अमेरिकी फरारी सैनिक होता. सैन्यातून पलायन केल्या नंतर तो प्रथम अमेरिकेच्या दक्षिणपूर्व न्यू ओर्लिन्स मध्ये दडून होता, नंतर मिस्सीपी डेल्टा आणि मग त्यानी विषुववृत्ताच्या घनदाट जंगलात दडी मारली. पण एकाच ठिकाणी जास्ती काळ घालवण्याचा धोका त्यानी कधीच पत्करला नव्हता. त्याने एन्व्हा पर्यंत ब्राझीलचे जंगल पालथे घातले होते आणि नंतर पेरू, कोलंबिया व्हेनेझुडला, ईक्काडोर, बोलिव्हिया, गयाना, सुरुनामे व फ्रेंच गायनातील जंगले झाली.

त्याला सैनिकी जीवन कधीच आवडले नव्हते पण लढाईच्या प्रत्येक तालमीत तो रस घेऊन शिकत असे. प्रत्तेक लढाईची तंत्र त्याने आत्मसात केली - सर्व शस्त्रांचा, पिस्तुला पासून ऍटोमॅटिक रायफली पर्यंत हाथबॉम्ब म्हणजे हॅन्ड ग्रॅनेड व विविध क्षेपणास्त्र, ह्यांचा कौशल्याने वापर करणे, तसेच संगीन चालवणे, कराटे व सावाटे ह्या लढाईतील बारकावे आत्मसात केले आणि हात लढाईत तो अतिशय प्रवीण झाला होता. त्याला एकटेपणा आवडत असे. त्याने मित्रांपेक्षा शत्रू अधिक जमवले होते. त्याचे अनेकदा आणि अनेकांबरोबर वारंवार खटके उडत असत, मगतो त्याच्या बरोबरीचा एखादा शिपाई असो किंवा वरिष्ठ अधिकारी! अनेकदा किरकोळ वादातून हाणामारी सारखे गंभीर प्रकार घडत असत आणि त्यासाठी त्याला तुरुंगाची शिक्षा देखील झाली होती.

त्याने एका सैन्यातील नाईक - सार्जंट फ्रँक, जॉर्जला तो सारा प्रकार आठवत होता, अगदी काल - परवा घडल्या सारखा! सार्जंट

त्याला हिणवून बोलत होता,

"अरे जॉर्ज, तू जन्मभर शिपाईच राहणार! तुझी सैन्यात प्रगती होणारच नाही. तू आईचा पदर कधी सोडणार?...."

जॉर्ज पाठमोरा उभा होता आणि फ्रांकच्या बोलण्याकडे जॉर्जने दुर्लक्ष केले. पण जेंव्हा फ्रँकने त्याच्या आई बद्धल अपशब्द काढले तेंव्हा मात्र जॉर्जची तळपायाची आग मस्तकात गेली. त्याने आपल्या दोन पायांच्या टाचांवर गिरकी घेतली व हातात पिस्तूल घेऊन फ्रॅन्कवर तो धावून गेला आणि हातातील पिस्तुलाचा दस्तक फ्रांकच्या टाळक्यात जोरात हाणला. फ्रँकने आपले डोके घट्ट धरले आणि तो जमिनीवर धाडकन कोसळला. हा हा म्हणता तो बेशूद्ध झाला. ह्याच साठी तो ७ वर्षा करीता आंत गेला होता.

पण शिक्षेची संपूर्ण कालावधी होण्या अगोदरच त्याची सुटका झाली, 'चांगली वर्तणूक' अशी अधिकृत नोंद,होती. पण जॉर्जला खरे कारण माहित होते. सैन्याला त्याच्या सारख्या शूर आणि लढाऊ माणसांची गरज होती. व्हिएतनामचे युद्ध सुरु होते आणि जॉर्जला 'मिशन टू किल द इनामी सोल्जर्स' ह्या विशिष्ट कामगिरीवर व्हिएतनामला जाण्यासाठी जॉर्जची निवड झाली. त्यांनी ही मोहीम फत्ते केली आणि बदल्यात अनेक पदके पटकावली, म्हणजे जॉर्जने 'फ्रुट सलाड' मिळवले असे त्याचे सवंगडी विनोद करीत. गणवेशावर लटकणाऱ्या ह्या पदकांचे काही वाटत नव्हते. पण आपल्या मुळे मारला गेलेला प्रत्येक शत्रू-सैनिक त्याला एक आसुरी आनंद देत असे. पण हे व्हिएतनामी सारखेच दिसतात, आपला दक्षिणेतला मित्र कोण आणि उत्तरेतील शत्रू कोण, हे सांगणे कठीणच. *" माय ब्लडी फो"*, असे म्हणत बरेच व्हिएतनामी बांधवांना मारले असावे. प्रायव्हेट जॉर्ज आता कॉर्पोरल झाला होता. आणि व्हिएनाम युद्ध १९वर्षे ५ महिने, ४आठवडे वडे आणि १ दिवस ह्या प्रदीर्घ काळानंतर संपले होते.

युद्ध भूमीवरून तो मायदेशी परतला, पण घरी नाही.

दरम्यान जॉर्जच्या आईचे निधन झाले. आईच्या अंत क्रिये साठी घरी जाण्याची परवानगी मिळाली. केवळ ५ दिवसांची सुट्टी मिळाली होती. तो तसा धार्मिक नव्हता. पण त्याचे आईवर फार प्रेम! आईचे 'सर्व्हिस मास' करिता त्याने चर्च मध्ये उपस्तित राहून प्रार्थनाही केली. सुट्टी संपली आणि आता कामा वर उद्या रुजू होवायचे आणि ते व सुद्धा थेट आघाडीच्या ठाण्यावर. *'कॉर्पोरल जॉर्ज, रिपोर्ट टू लेफटेनंट सँडर्स@ पोस्ट फोर्ट कार्सन, कॅलिफोर्निया' अशी* तार आली होती.

होय, तोच फ्रँक ज्याच्यावर जॉर्जने जीवघेणा हल्ला केला होता, तो आता लेफटेनंट म्हणजे अमेरिकी शब्दात लुटेनंट झाला होता.

"आय ऍम कॉर्पोरल जॉर्ज रिपोर्टींग हिअर !"

"कायरे महाभागा सैन्यातील शिष्टचार विसरलास वाटते? रिपोर्टींग सर असे बोल मूर्खा!",

फ्रँकचं टोचूनबोलणे चालूच होते,

" वाह कोण आहे इथे माझ्या समोर उभा ! अरे वा, छातीवर बरीच... तुम्ही इडियट शिपाई लोक काय म्हणतात... फ्रुट सॅलॅड, असेच काही, बरोबर? अनेकांना मारल्या बद्दल बक्षीस? त्या त्या व्यतिरिक्त तुला येते तरी काय! तुझ्या यादीत माझेही नाव असते. माझे नसशीब बलवत्तर म्हणून वाचलो. पण मला जन्मभर आठवण राहील असे हे टेंगुळ दिलेस. मला आता शिष्टचार न पाळून आणखी डोके दुखी देऊ नकोस."

"मी तुम्हाला रिपोर्ट करायला आलो आहे... सर. माझी नेमणूक कोठे आहे. स .. स .... सर? "

"अरे वेड्या, तुझी पोस्टिंग काही दिवस इथेच राहील, होय माझ्या बरोबर! पहिले कार्य असेल माझे बूट पोलिश करणे. इतके चमकवून पोलिश कर की त्यांत तुझा घाणेरडा चेहरा तुला दिसेल. अरे हं कशी आहे ती तुझी आई? आहे जिवंत की पोहंचली थडग्यात? आणि नंतर नरकात. पापी माणसे स्वर्गात कशी जातील बेशिस्त मुला तुझी आई तुझया सारखी मूर्ख, बावळट आणि बेशिस्त असणार !?"

जॉर्जने सर्व्हिस पिस्तूल बाहेर काढून फ्रॅन्कवर झाडले. फ्रँक धडपडीला आणि जमिनीवर कोसळला. त्याला श्वास घेणे कठीण होऊ लागले काही वेळात त्याचा श्वाछोश्वास संपूर्ण बंद झाला.पण जॉर्ज गोळी झाडल्या नंतर एक क्षणही थांबला नव्हता. तो तेथून पसार झाला आणि काय घडले त्याची त्याला कल्पना नव्हती आणि फ्रँक मेला की जिवंत होता हे माहित नव्हते. आपण येथून निसटले पाहिजे इतकेच त्याला माहित होते. आपण फ्रॅन्कला ठार मारले असावे का? पण तो हे खात्रीने सांगू शकत नव्हता आणि त्याची त्याला पर्वा नव्हती. हे सारी इतके अचानक आणि अनपेक्षित रित्या घडलं की जॉर्ज पळून गेला कोणाचाही ध्यानात आले नाही. सर्व भानावर येई तोवर बराच काळ निघून गेला होता आणि जॉर्ज गायब झाला होता. त्याच्या व्हिएतनाम मधील कारकीर्दीमुळे पलायन करण्या साठी फार मदत झाली होती.

त्या दिवसापासून तो कायम धावपळीत राहिला - त्याची सतत धावपळ सुरु झाली.स्वतःच्या घरी जाणे धोक्याचे होते. पोलीस त्याला शोधत प्रथम तेथेच येणार हे उघड होतं. त्याने हेतुपुरस्सर रेल्वेची दोन तिकिटे काढली, एक होतं आपल्या घराच्या गावाचं म्हणजे बर्न्ट रॅन्च आणि दुसरी त्याच्या गावापासून ५ स्थानके पुढे असलेल्या ओल्ड हिल टाऊन ह्या हिल स्टेशनचे. बर्न्ट रॅन्च पासून ओल्ड हिल टाऊनला जाणारी गाडी तब्बल दोन तासांच्या

हॉल्ट नंतर होती. पण ट्रेनने न जाता त्याने बस पकडून कोराडो मधले एक छोटे खेडे गाव गाठले. आता पोलिसांना माझा माग काढणे कठीण जाईल, मी त्याना ' वाईल्ड गूज चेस वर' पाठवत आहे असे विचार जॉर्जच्या मनात चालले होते.

त्याला पॉल लाईल्सला भेटायचे होते. जॉर्ज तुरुंगात असताना त्याची आणि पॉलची भेट झाली. जॉर्जने कैदखान्याचे रेकॉर्ड छेडछाड करून बदलले आणि पॉलच्या शिक्षेचा काळ कमी केला होता. पॉलने परतफेड करण्याचे आश्वासन जॉर्जला दिले होते आणि आता वचन पूर्तीची वेळ आली होती. त्यांनी वायदा निभावला देखील. त्यांनी दिलेले पैसे घेऊन जॉर्जने लागणाऱ्या सर्व आवश्यक गोष्टींची खरेदी केली. आपण पॉल कडे जास्ती काळ राहू शकत नाही जॉर्जला कल्पना होती. तिसऱ्या दिवशी, आपल्याला राहायला छप्पर दिल्या बद्धल , दोन वेळचे खाणं आणि दिलेले भरपूर पैसे, ह्यासाठी पॉलचे आभार मानून जॉर्जने त्याचा निरोप घेतला. पसार झाला तेंव्हा जॉर्जने एक बाईक पळवून आणली, बहुदा ती 'लेजेंडरी' नामक उत्कृष्ट जातीची बाईक होती, गाडीच्या स्पर्शानेच त्याला तशी जाणीव झाली,गाडीवर बरीच धूळ साचली असून सुद्धा आणि रंग देखील उडाला होता तरीही ती लेजेंडरी असल्याची जवळ जवळ जॉर्जला खात्रीच होती. बाईक वेगात पण जपून हाकत जॉर्ज नोह पोगबा कडे जात होता. त्याने बाईक पोगबाच्या घरा पासून बऱ्याच अंतरावर उभी केली आणि तो चालत त्याच्या घराकडे निघाला.

नोहा पोगाबा हा आयुष्यतील पहिला जॉर्जचा मित्र. दोघेही एकमेकांना प्रथम व्हिएतनाम युद्धात भेटले. ते दोघे एकत्र लढले. दोघेही आपल्या वरिष्ठांचा तिरस्कार करीत आणि जितका त्यांचा हुद्धा किंवा पद मोठे तितकीच त्यांच्या बद्धलच्या घृणेची तीव्रता अधिक असायची. दोघेही व्हिएतनामी सैनिकांचा, मग तो दक्षिणेतला असो किंवा उत्तरेकडील, द्वेष करीत; कारण ह्या

सर्वांमुळे ते दोघे युद्धात ओढले गेले होते. दोघांनीही एकमेकांना शत्रूच्या गोळ्यांपासून कित्येकदा वाचवले होते आणि एक अडचणीत आणि वाईट परिस्थितीत असतांना दुसरा आपला स्वतःचा जीव धोक्यात घालून त्याला वाचवत असे. आजगत पोगबा त्याचा एकमेव मित्र होता.

पोगबा एका दुर्दैवी घटनेमुळे युद्ध भूमीवरून मागारी परतला होता. कोणाच्यातरी, बहुदा त्याचाच कप्तानांच्या बंदुकीतून चुकून सुटलेली गोळी त्याच्या डाव्या पायात घुसली. त्याला परत पाठवण्यात आले. जॉर्जला स्वतःचे नवल वाटलं, तो चक्क रडला होता त्या वेळी, अगदी ढसा ढसा! त्यांची मैत्री एकदम घट्ट जमली होती. त्यानंतर दोघांत अनेक पत्रांची देवाण घेवाण होत असे. पॉलच्या पायाची जखम चिघळून गँगरीनमुळे पाय मांडी पासून खाली कापण्यात आला, हे त्याला पत्रा द्वारे समजले. त्याला अतिशय दुःख झाले. त्याच्यातील माणुसकी अजून जिवंत होती. त्याने आपल्या आईकडून पॉलला मनी ऑर्डर पाठवली होती आणि तिला त्याची खबरबात घेण्या करिता हॉस्पिटलात धाडले होते, पॉलला कोणी नव्हते, तो लहान असतानाच त्याचे आई-वडील वारले होते, आणि त्याची एकुलती एक बहीण अचानक मेली होती. त्याचा स्वतःचा परिवार नव्हता. तो एकटा राहत होता. ही सारी माहिती त्याला पत्रा द्वारे आणि सैन्यांत असताना पॉलने सांगितले होते.

जॉर्जने पळवलेली मोटार बाईक जाळून नष्ट केली, आणि जाळून खाक झालेले बाईकचे भाग व राख गोळाकरून नोहाच्या घरापासून दूर असलेल्या विहिरीत फेकले. आता अंधार पडू लागला होता. सैनिकी जीवनामुळे जॉर्ज राकट, कणखर, मजबूत, आणि बलवान झाला होता. त्यांनी घराच्या आजूबाजू असलेल्या परिसराची टेहळणी केली. घर एकांतात व निर्जन वस्तीत होते आणि ते सहजासहजी कोणाच्याही नजरेत पडणार नव्हते. त्याच्या

सैनिकी तालमीमुळे त्याने ते घर अचूक हुड़कुन काढले. त्याने आजूबाजूची टेहळणी करून घराच्या प्रवेश दाराजवळ आला. सर्व काही शांत व सुरक्षित होते. त्याने हळुवार दरवाजा ठोठावला.

*"आंत ये. दाराला आंतून कडी घातली नही,"*नोहाने घरातून आवज दिला,*"दार ढकल आणि आंत ये."*

जॉर्जने त्याचा आवाज ओळखला होता. त्याचा आवाज तसाच होता, घोगरा आणि कर्कश. जॉर्जे दार ढकलून आंत प्रवेश केला.

"माझ्या जुन्या दोस्ता जॉर्ज तुझ्यात काडीचा फरक नाही!"

कुबड्या घेऊन एका पायावर लंगडी घालत तो दरवाजवळ आला आणि जॉर्जला मिठी मारली. जॉर्जने वेळ न घालवता घडलेला सारा प्रकार सांगितलं आणि नोहाने सारी हकीकत शांतपणे ऐकली, कोणताही अडथळा नाही किंवा काही प्रश्न नाही.

"बरे झाले तू येथे सुरक्षित पोहोचू शकलास! घडलेल्या प्रकार बद्द्रल वर्तमान पत्रात बातम्या होत्या. मला वाटले तू माझ्या कडे येणारच. पण थेट आला नाहीस हे बरे झाले नाहीतर थेट एफ.बी.आय च्या जाळ्यात अडकला असतास. माझ्या प्रमाणे त्यांचाही तोच कयास होता."

"एफ.बी.आय.?" जॉर्ज चक्क ओरडला

.

"होय, त्यांचे गुप्त पोलीस कालच येऊन गेले. नशीब तू आला नव्हतास."

'टकटक, टकटक' दारावर टिचक्या वाजल्या. ही एक खूण असावी कारण एक माणूस आंत आला.

"हं, ये! जॉर्ज, हा रॉड्रिगो. रॉड्रिगो, हा माझा मित्र जॉर्ज,"

दोघांची ओळख केल्या नंतर नोहा पुढे जॉर्जला म्हणाला,

"जॉर्ज, तुझ्या बद्धल ह्याला सर्व माहित आहे. हा अपाची दोस्त माझ्या विश्वासातील माणूस आहे. घाबरू नाहोस. चल, आपण बसून बोलूया. काही काळ तू येथे सुरक्षित राहशील. ते गुप्तचर दोन एक दिवस तरी येण्याची शक्यता नाही. अर्थात खात्री देता येत नाही. आपले नशीब. रॉड्रिगो पाशी काही योजना आहेत. तुम्ही दोघे आंत जाऊन चर्चा करा पण माझ्या अनुपस्तितीत. पोलिसांच्या पध्दती असतात. तू येथे आला होतास त्यांना समजेल. ते माझ्यावर बाळाचा वापर करतील. तुझ्या बद्धलची माहिती मिळवण्याचे अनेक प्रयत्न करतील. तू आला होतास हे मला काबुल करायलावतील. तेंव्हा अधिक माहित नसलेले योग्य."

जॉर्जने त्याच्याकडे रात्रीपुरता आसरा घेतला. आणि दुसऱ्या दिवशी सायंकाळी सूर्यास्ता नंतर रॉड्रिगो सोबत तो तेथून निघाला.
काय ?होती त्यांची योजना ?

जंगलात आसरा घेणे हा सर्वात उत्तम पर्याय आहे हे जॉर्जला माहित होते. त्याचा शोध घेणे अवघड होते, कारण उत्तर अमेरिकेतील विषुववृत्तीय घनदाट जंगलात पोलिसांना जॉर्जचा येथे शोध घेतांना कोल्हे, लांडग्यां पासून आस्वले ते पहाडी सिंह आणि गोरिला व एप माकडे ह्यसारखी रानटी श्वापदांना सामोरे जायाला लागणार होते. त्यामुळे पोलीस त्याचा शोध घेत येथवर येणे कठीण होते.

आता ह्या गोष्टीला फार वर्षे होऊन गेली आणि बरेच काही घडले होते. जॉर्जने आता एक लांब दाडी राखली होती आणि त्याच्या व्यक्तिमत्वात आणि स्वभावात बराच फरक पडला होता. पूर्वीचा एकटेपणा पसंत करणारा जॉर्ज मैत्री करायला शिकला आणि

पूर्वीचा बेजबाबदार जॉर्ज आता जबाबदारी घेऊ लागला आणि नेतृत्वही स्वीकारू लागला. तो आता गँगचा नायक बनला होता. रॉड्रिगोच्या काकांच्या मृत्यू नंतर तो ह्या रेड इंडियन जमातीचा मोरक्या बनला. रॉड्रिगोचे काका, सिल्व्हर फॉक्स हे ह्या जमातीचे चीफ आणि विच डॉक्टरही होते आणि त्यांच्या मरणानंतर जॉर्जने त्या जागा मिळवल्या आणि असे प्रथमच झाले होते की जॉर्ज सारख्या जमातीबाहेरील अमेरिकेन माणसाने ह्या दोन्ही जागा घेतल्या. त्याला कोणी विरोध केला नाही म्हणण्या पेक्षा त्याला विरोध करायला कोणी धजले नाही. सिल्व्हर फॉक्सच्या मरणा पूर्वी एक विधी सोहळा करून जॉर्जला फॉक्सचा 'मुलगा' बनवण्यात आले आणि जॉर्ज वॉशिंग्टनचा जॉर्ज फॉक्स झाला. जॉर्ज कडे जी काही करुणा व दया होती ती पार केंव्हाच निघून गेली आणि तो आता क्रूर, दुष्ट आणि निर्दयी झाला होता. जादूटोणा, भानामती, मोहन विद्या, देव देवस्की व इतर जादूचे प्रकार जरी तो सिल्व्हर फॉक्स कडून शिकला होता तरी तो ते केवळ वाईट कामा करीता वापरू लागला. सिल्व्हरने मात्र आपले सारे ज्ञान लोकांच्या भल्या साठी वापरात असे, ह्या साऱ्या शक्तींचा उपयोग आजार बरा करणे, भूत प्रेत बाधा उतरवणे आणि वाईट शक्तींना लांब पळवणे ह्यांत तो माहीर होता. पण त्याचा हा मानलेला मुलगा जॉर्ज फॉक्स आपल्या नावा प्रमाणे कोल्ह्या सारखा धूर्त आणि लांडग्या प्रमाणे लबाड झाला होता. आता तो न डगमकता आणि निर्भयपणे हिंडू फिरू लागला आणि आता तो जंगलाच्या कानाकोपऱ्यात वावरत होता.

स्वतःची झालेली 'जॉर्ज फॉक्स" ही नवी ओळख आणि व्यक्तिमत्वात झालेला बदलावामुळे जॉर्ज आता जंगला बाहेरही हिंडूफिरू लागला. 'अपाची चीफ' म्हणून त्याला अनेक ठिकाणांवरून निमंत्रण येऊ लागली. आणि नकळत का होईना, जे अधिकारी जॉर्जच्या शोधात होते तेही त्याला 'अपाची जमातींच्या जीवनांवर आणि जीवनशैलीवर व्याख्यान देण्या करीत बोलावू

लागले. तो आपल्या व्याख्यानात रेड इंडियन जमाती बद्धल भरपूर बोलत असे, त्यांच्या समस्या, त्यांची सुख-दुःख, सोयी- गरसोयी, त्यांच्या शिक्षणा साठी राबवल्या जाणाऱ्या योजनेतील कमतरता, शासनाने त्यांच्या साठी काय करायला हवे, जमातीने मिळवलेले यश, ह्यांवर तो एखाद्या जाणकाराप्रमाणे खंडच्या खंड सांगत असे. पण जादूटोणा, चेटूक विद्या आणि विच डॉक्टर बद्धल बोलण्याचे तो जाणीवपूर्वक टाळत असे.

पण दुसरीकडे गुप्तपणे त्याची वेगळी मोहीम चालूच होती. ह्या गुप्त मोहिमे साठी तो स्वतःची ओळख ' हिलर अपची फॉक्स" लोकांना बरे करणारा, म्हणून करून देऊ लागला. ह्या त्याच्या गुप्त आणि वाईट करण्याच्या मोहिमेसाठी नवीन सदस्य भरती करू लागला. तो जातीने त्यांची मुलाखत घेत असे आणि त्यांची संपूर्ण मिळवून मगच त्यांना भरती करू लागला. आणि एके दिवशी अशाच एका 'रिक्रुटमेंट' ड्राईव्ह'च्या वेळी नोहा पोगबाची आणि जॉर्जची परत भेट घडली. जॉर्ज त्याच्या नव्या घरी गेला होता. दोघांनीही एकमेकांना ओळख नव्हते.

"मी, अपाची फॉक्स. मी एक उत्कृष्ट विच डॉक्टर आहे. भूत - प्रेत बाधा काढणे, मृतात्म्याला जागृत करून आपले काम त्यांच्या साहाय्याने साधणे.---"

जॉर्जने त्याच्या कडून त्याचे जादूटोणा, चेटूक विद्या बद्धलचे मत आणि त्याचा दृष्टिकोन आणि आपल्या बरोबरीने काम करण्याची इच्छा व एकंदरीत कल जाणून घेण्याचा प्रयत्न केला. तो हे सर्वांच्या बाबतीत करायचा आणि संपूर्ण खात्री झाल्याविना त्यांना तो भरती करीत नसे.नोहाला नवी आयडेंटिटी मिळाली होती. तसे त्याला शासनाकडूनच नवे ओळख पत्र मिळाले होते. शासनाच्या पुनर्वसन योजनेत, त्याला कृत्रिम पाय जोडण्यात आला होता आणि तो आता न लंगडता तंदुरुस्त माणसा प्रमाणे चालत होता. आता

त्याने पिळदार घोड्याच्या नालेच्या आकाराची मिशी ठेवली होती. त्याने आपले जुने घर विकले आणि तो ह्या शराटी; घरात राहायला आला होता. त्याला बऱ्यापैकी नोकरीही होती. पगार लहान असला तरी त्याच्या छोट्या गरजा त्यात भागात होत्या. तो आता आनंदी आणि समाधानी होता. त्यांनी आपल्या आयुष्याची मुळं छाटली होती. पण त्याचा आवाज तसाच होता- घोगरा आणि कर्कश!

"मिस्टर ऍलेक्स, तुमचा आवाज परिचयाचा वाटतो... तुमच्या बोलण्याची ढब माझ्या एक जुना... ," आपण हे काय बोलून बसलो, जॉर्जला त्याची ही घोड चूक लक्षात आली, पण उशिरा.!

"अरेच्चा! तू तर माझा मित्र जॉर्ज आहेस,बरोबर ?मी तुला ओळखलेच नाही. होय, तू जॉर्जच काही शंका नाही! आणि तुला ओळखू शकलोही नसतो, पण तुझे डोळे - त्यांनीच तुझं बिंग फुटलं."

तुमची स्वभाव वैशिष्ट्ये, तुमच्या बोलण्या चालण्याच्या खास लकबी, तुमच्या बोटांचे ठसे आणि मुख्यतः तुमचे डोळे बदलत नसतात, ह्या सर्व बबतींची नोंद जॉर्जने आपल्या मनांत केली. आपल्याला वेगवेगळ्या कॉन्टॅक्ट लेन्सिस वापरला हव्यात असे त्याने ठरवले.

"नाही, तू माझा जॉर्ज असू शकत नाहीस. मी ओळखत असलेला जॉर्ज धार्मिक नसला तरी देवाला मानणारा देवीची भीती बाळगणारा होता. गॉड फिअरिंग मॅन! तुझे हे असे वागणे धक्का देणारे आणि भयभीत करणारे मला वाटते. अरे देवा, मला तुझी भीती वाटू लागली आहे!"

नोहा बद्धलचे हे शेवटचे आपल्या समजते. तो अनेक दिवस नोकरीवर गेलाच नाही म्हणून ऑफिस अससिस्टन्टला त्याच्या घरी जाऊन चौकशी करण्यास पाठविले गेले. दाराला आंतून काडी

होती. दारावरील घंटा अनेकदा वाजवून देखील कोणीही दार उघडले नाही. पोलिसांना पाचारण करण्यात आले. दार तोडण्यात आले. आश्चर्य म्हणजे घरात कोणही नव्हते. खिडक्याही आंतून घट्ट बंद होत्या. जबरदस्तीने कोण आंत आले नव्हते आणि कोण बाहेरही गेले नव्हते. पण नोहाही घरात नव्हता. त्याचा पत्ता नव्हता.

पलंगावर पांघरलेल्या चादरीवर रक्ताचा एक मोठा डाग - ताज्या मानवी रक्ताचा! रक्त अजून साखळले नव्हते आणि सुकले नव्हते. त्या रक्ताच्या थारोळ्यात होती बाहुली. बाहुलीला टोचून ठेवल्या होत्या अनेक पिना- टाचण्या आणि त्या बाहुलीवर रक्ताने रेखाटले हा संदेश:

"तुम्ही जर आमच्या विरुद्ध जाण्याचा प्रयत्न कराल तर तुम्हालाही वाईट शक्ती घेरतील!"

प्रकरण ५

एफ.बी.आय.चा तपास आणि हॉटेल सिल्व्हर डॉलर्स मध्ये सापडलेले प्रेत.

एफ. बी. आय. चे मुख्य तपासनीस, डॅनियल आर्थरटन हे एक हुशार, चिकित्सक आणि चतुर अधिकारी होते. तपासात आढलेल्या लहान - सान गोष्टी त्यांच्या चाणाक्ष्य नजरेतून कधीच सुटत नसत. सापडलेले सारे छोटे मोठे धागेदोरे व्यवस्तीत विणून ते छडा लावीत. जेंव्हा त्यांच्या साहाय्यक अधिकारी, एडविन पिलिकॅनो कडून समजले जॉर्ज स्थानिक पोलिसांच्या हातावर तुरी देऊन कसा फरारी झाला आणि पोलिसांची कशी दिशाभूल केली, तेव्हा डॅनियल आर्थरटनने सर्व तपास आणि सूत्र आपल्या कडे घेतली. आणि पुढील संपूर्ण ऑपेरेशन त्यांच्या वैयत्तिक देखरेखी खाली सुरु झाले.

"एडविन, आपण पुनः घडलेल्या साऱ्या घटनेंची उजळणी करूया. सुरवात जमादार (कॉर्पोरल) वॉशिंग्टनने ह्याने लेफटेनंट (लुटेनंट) फ्रँक सँडर्स गोळी झाडून हत्या केली, ह्या घटने पासून नाकारता, पण त्या घटनेच्या फार अगोदर! त्याच्या संपूर्ण सैनिकी जीवनाचा पाढा हवा आहे, त्याचे सर्व संबंध आणि त्याच्या संपर्कात आलेले, अर्थात तो एकटेपणाचे जीवन जगत होता, एक नोहा पोगबा वगळता त्याला विशेष असे कोणाही मित्र नव्हते, पण तरीही तपासलेले बरे! तो नोहाच्या घरी गेला होता पण तत् पूर्वी तो कोठे दडी मारून बसला होता?त्याने पैसे कोठून मिळवले? त्यांनी ती ट्रेन आणि बसची तिकिटे फुकट मिळवली, नक्कीच नाही! म्हणजे

त्याला 'काही 'कॉन्टॅक्टस' असावेत, बरोबर? तो तुरुंगातही गेला होता,"

डॅनियल आर्थरटन सूचना देत होते,

" खोल खणून पहा काही मिळते का! जरूर सापडेल. सार्यांना कमला लाव. मला ठोस परिणाम हवेत."

नोहा पोगाबाचे पुनर्वसन करण्यात डॅनियल आर्थरटन ह्यांचा फार मोठा वाटा होता. नोहाने जॉर्ज बद्धल पोलिसांकडे सारे काही ओकले होते, जॉर्जने बळजबरीने त्याच्या आश्रय घेऊन नंतर ' माझ्या बद्धल पोलिसांना सांगितलेस तर भयानक परिणामाला सामोरे जावे लागेल' अशी धमकी देत तो पसार झाला आणि नोहा त्या धमकीने पार भितरून गेला आणि जीव मुठीत घेऊन राहात होता.

पण त्याने आपल्या अपाची मित्र रॉड्रिगो आणि त्याच्या सांगण्यावरून

रॉड्रिगोने जॉर्ज बरोबर जाणे हे मात्र पोलिसांना सांगण्याचे टाळले होते. नोहाची कहाणी आर्थरटनला पाटली होती, त्यांत शंका घेण्याचे कारण नव्हते. नोहाला आता कृत्रिम पाय मिळाला,

राहण्यासाठी एक फ्लॅट आणि साजेशी नोकरीही मिळाली होती. आणि ह्या सर्वा बरोबर एक नवी ओळख देखील! त्याच्या विनंतीनुसार त्याला सुरवातीच्या काळात पोलीस - सौरक्षण देण्यात आले होते . पण आता त्याची गरज नव्हती. तरीही स्थानिक पोलिसांना त्याच्यावर पळत ठेवण्याचे आदेश दिले होते, त्याच्या संरक्षणासाठी आणि अधिक धागे दोरे मिळवण्या करिता.

कोणत्याही नित्यक्रम, दिवसा मागून दिवस एकच दिनचर्या असलेल्या बाबतीत आत्मसंतुष्टता ही येतेच अनेक वेळा आणि तेच घडले. त्या दिवशी नोहाला भेटायला कोण आले होते? कोणालाही समजले नाही. नोहा बेपत्ता झाला होता. आश्चर्य म्हणजे घरात कोणही नव्हते. खिडक्याही आंतून घट्ट बंद होत्या.जबरदस्तीने कोण आंत आले नव्हते आणि कोण बाहेरही गेले नव्हते. पण नोहाही घरात नव्हता. त्याचा पत्ता नव्हता.

पलंगावर पांघरलेल्या चादरीवर रक्ताचा एक मोठा डाग - ताज्या मानवी रक्ताचा! रक्त अजून साखळले नव्हते आणि सुकले नव्हते. त्या रक्ताच्या थारोळ्यात होती बाहुली. बाहुलीला टोचून ठेवल्या होत्या अनेक पिना टाचण्या आणि त्या बाहुलीवर रक्ताने रेखाटले हा संदेश:

"तुम्ही जर आमच्या विरुद्ध जाण्याचा प्रयत्न कराल तर तुम्हालाही वाईट शक्ती घेरतील!"

रक्ताचे नमुने आणि नोहाच्या ड.एन. ए. नमुन्यांशी जुळत असल्याचे फॉरेन्सिक म्हणजे न्यायवैद्यक चाचणीत सिद्ध झाले होते. पण त्याचे प्रेत कोठे होते? तो चक्क ह्या पृथ्वीतलावरून नाहीसा झाला होता!

ह्या भीषण घटनेने आर्थरटन चकित झाला होता खरा. पण तो सहजासहजी माघार घेण्यातला नव्हता. त्याने शोध अधिक जोशाने सुरु ठेवला. त्याच्या तुरुंगातील इतिहास बारकाईने पडताळल्यावर बऱ्याच गोष्टींचा उलघडा झाला. त्याने कैदखानाचे रेकॉर्ड व नोंदी धूर्तपणे हाताळून त्यांत बरेच फेरफार व केले होते. त्याचे शिक्षेचा

काळ पूर्ण होण्या आधीच बाहेर येणे हे काही त्याच्या तथा कथित कारणामुळे नव्हते. तो एक त्याच्या हात चालाकीचा भाग होता आणि त्यांत सैन्याला देखील त्याच्या सारख्या लढाऊ माणसांची गरज होती आणि ती सैन्याला परत युद्ध भूमीवर हवी होती. पण तुरुंगातील अधिकाऱ्यांना लांच दिली होती हे तितकेच खरे. आज ती सारी मंडळी ज्यांचा ह्या लाचलुचपत प्रकरणाशी थोडा जरी संबंध होता, ती सारी मंडळी आज गजा आड होती.

"कारची सर्व बुकिंग अपाची फॉक्स, मेक्सिको ह्याच नावानी झाली आहेत. ह्या सर्वांची सत्यता आपली माणसे मेक्सिकन अधिकार्यां सोबत पडताळून पाहत आहेत. पोलीस आर्टिस्ट संशयितांची चित्र तयार करीत आहेत, विशेष करून आपाची फॉक्सचे. त्याच्या वर्णांना सारखा किंवा त्याचे नाव धारण केलेली कोणी व्यक्ती कोणत्याही हॉटेल वा खानावळीत उतरली होती का ह्याचाही तपस चालू आहे. आर्टिस्टने काढलेले स्केच तयार होताच ते सर्व ठाण्यात पाठवले जाईल. हस्ताक्षर तज्ज्ञाच्या रिपोर्टची आम्ही वाट बघतो आहोत. हे सारे मी आपल्या समोर ठेवले आहेत. सर,मला एका गोष्टीचे आश्चर्य वाटते, फॉक्सच्या डोळ्यावर सतत प्रकाश - संवेदशील काळा चस्मा असायचा, रात्र असो किंवा दिवस! आणि तो आपला चेहरा मास्कने झाकत असे. तो सांगेल असे एका अपघातात त्याचा चेहरा जळाला होता आणि हातही भाजले आणून तो हातमोजे घालत असे. खरे कारण आपले बोटांचे ठसे कोठे आढळू नयेत म्हणून? मी सर्व माझ्या रिपोर्ट मध्ये नमूद केले आहेत. माझ्या करीत आणखी काही?"

"मिस्टर बिनॉय बॅनर्जी, अतिशय उत्तम काम बजावले आहेत तुम्ही! बरे तसे तुम्हाला विचाराचे राहिलेच. तुमच्या अमेरिकेन

नागरित्त्वाचे काय झाले? कोठवर आले?"

"सर, हे सारे एक टीम -वर्क आहे, सारे यश सांघिक आहे,कोणा एका व्यक्तीचे नाही.अजून बरेच काही करण्याचे शिल्लक. आणि माझे नागरिकत्व लौकरच होत आहे, मी अमेरिकेचा नागरिक होणार. आनंदही होतो आणि दुःख पण, मला भारतीय नागरिकत्व सोडायला लागणार. खरोख ही एक खेदाची बाब आहे! भारतात दुहेरी नागरिकत्व ठेवल्यास बंदी आहे"

"ओ, हे बरोबर नाही! मग 'बुद्धिमानांची गळती (ब्रेन ड्रेन)' अशी बोंब का करता ?. असो. आपण काही काळ येथेच असणार आहोत तेंव्हा ऑफिसला न जाता येथूनच काम पुढे चालू ठेऊ. तू आता घरी जाऊन ताजेतवाने हो आणि परत ये. हे बघ आलेच मिस्टर पिल्लीकानो . एडविन, मी तुला सर्वकाही समजावतो आणि मग मीही घरी जाऊन काही वेळाने परत येतो. मात्र, तसेच काही महत्त्वाचे आलेच किंवा घडलेच तर न संकोच बाळगता मला बोलावं. "

"जॉर्जचे सर्व आर्मी रेकॉर्डस्, जसे रक्ताचे - गट, डी. एन. ए., इतर वैद्यकीय, बोटांचे ठसे, बुबुळाची बायोमेट्रिक ओळख, पाऊलांचे ठसे आणि त्याचे वर्णन, हे सारे सर्व ठाण्यांना पाठवले आहे. "

तीन आठवड्यांच्या पोलिसांच्या परिश्रमपूर्वक कामानंतर उत्साहवर्धक घटना घडली. एका ग्रामीण भागातील दुरुस्त गावित एका लहान हॉटेलात अशी नोंद आढळली:

ग्राहकाचे नाव: अपाची फॉक्स

व्यवसायः सल्लागार व पीडा दूर करणारा

पत्ताः १३६६६ बागले स्ट्रीट मॅक्सिवनान टाउनच्या सीमेवर डेट्रॉईट मेक्सिको

ओळख पत्रः आय डी नं ६६६१३ जि एफ

वाहनः संत इडेंशीएट - बाजा कॅलिफोर्निया

ए.एच.डी. - ०२- ६६६

संपर्कः ००१-८०० १२३०६६६

सहीः अपाची फॉक्स

तो ३ दिवस तेथे राहिला होता आणि त्याला भेटण्यासाठी दुसऱ्या आणि तिसऱ्या दिवशी ५ माणसे आली होती. पत्ता कोटा होता. संपर्क तात्पुरता (टेम्पररी) सिम कार्ड बंद झाले होते आणि शोध घेणे कठीण होते. गाडी मेक्सिको ग्लोबल गॅरेज कडून अपाची फॉक्स नावे भाड्याने घेतली होती. पत्ता,व्यवसाय ओळख पत्र हे सारे तेंच असले तरी मोबाईल नंबर वेगळं होता. तोही आता बंद होता. हॉटेलात उतरलेल्या अपाची फॉक्स आणि गाडी भाड्यानी घेतलेल्या अपाची फॉक्सचे वर्णन एकमेकांशी तंतोतंत जुळत होते. त्याचे ते चेहरा मास्क घालून लपवणे, काळा चस्मा घालणे , सारे कसे जुळून येत होते.

ह्या हॉटेलच्या धोरणानुसार ग्राहक आणि त्याला भेटायला येणाऱ्या पाहुण्यांची नोंद व्यवस्थित केली होती..

पाहुण्यांना मध्य रात्री १२ ते सकाळी ७च्या दरम्यान प्रवेशला बंदी होती. ह्या वेळे मध्ये हॉटेलची सारी रजिस्टर हॉटेल मालकांच्या घरी कडी कुलपात ठेवली जात. आणि आता ती एफ बी आय मुख्यालयात सीलबंद होती. .

तपास पुढे चालू होता. सर्व संशयित माणसांना जांच्यात जॉर्ज फॉक्स किंवा अपाची फॉक्स मध्ये साम्य आढळले त्यांना एफ बी आय ठाण्यात आणले गेले. त्यांची कसून तपासणी सुरु झाली. अनेक माणसे आढळली होती. प्रत्येकाची ओळख पत्र तपासून त्यांची अलीबी म्हणजे त्यांचे अन्यत्र उपस्थितीचा पुरावा पडताळून त्यांना संशयितांच्या यादीतून एक एक करून कमी करण्यात आले. आता फक्त १० उरले होते. त्या पैकी एकाचेच नाव जॉर्ज होते आणि अपाचीही कोण्ही नव्हते. पण ह्या जॉर्जचे कागदपत्र रीतसर होते. तिघांच्या चेहऱ्यावर जखमा होत्या आणि एकाला भाजपचे व्रण होते आणि त्याचा एक डोळा गेला होता.

"सर, हे पहा. हा आहे जॉर्ज वॉशिंग्टनचा फोटो आणि हे पहा आर्टिस्टनी रेखाटलेली अपाची फॉक्सची चित्र."

बॅनर्जी आर्थरटन साहेबांना निदर्शनास आणत होता,

"आणि ही पहा वॉशिंग्टनच्या चेहऱ्यात बदल करून त्याला अपाची बनले आहे."

"म्हणजे ह्याचा अर्थ जॉर्ज वॉशिंग्टन आणि अपाची फॉक्स ही एकच व्यक्ती आहे!"

"सर, ह्या १० संशयितांचे काय करायचे?"

"ते दहाही आपल्या कक्षेत बसत नाहीत. तरीही पुनः एकवार तपासून त्यांना सोडून द्या पण त्यांच्यावर नजर ठेवा. आता आपल्याला जॉर्ज वस्शिंग्टन उर्फ अपाची फॉक्सच्या मागे लागला हवे आणि त्याला हुडकून काढला हवे. काय सांगा आपण त्याला गाठेसतो तो जॉर्ज कोणीतरी नाहीतर कोणी फॉक्स बनलेला असायचा."

" सर, आम्ही अपाची फॉक्सला भेटायला आलेल्या त्या पांच पाहुण्यांची तपासणी केली. आणि आश्चर्यात मोठे आश्चर्य ते काय म्हणाल? एकाचे नाव होते पॅडी रुडी!"

"बाकीचे चार कोण?"

"पहिला पॉल न्यूमन, त्याच्या आईच्या म्हणण्या प्रमाणे एकेदिवशी त्याने आपली बॅग भरली आणि घर सोडले, कोठे जातो केंव्हा येणार - काही न सांगता. दुसरी लिंडा विलियम्स. आपल्याला कॅलिफोर्निया मधल्या लॉरेन्स आणि लॉरेन्स कंपनीत नोकरी लागली आहे आणि तिने आपल्याला मिळालेले अपॉइंटमेंट लेटर तिच्या वडिलांना दाखवले होते. वडिलांनी त्या कंपनीच्या लेटरहेडवर असलेल्या पत्राचे झेरॉक्स काढले आणि त्याची प्रत मी ताब्यात घेतली आहे. अर्थात अशी कोणतीही कंपनी नाही. नंतर येतो मैखल जोन्स, एक जर्दाळू. त्याला अंमली पदार्थाच्या व्यसनातून बाहेर काढण्याचे अनेक प्रयत्न झाले - डॉक्टर्स झाले, पुनर्वसन केंद्र झाली आणि आध्यात्मिक आश्रमही झाले. तो घरी

केंव्हाही येतो आणि पाहिजे तेंव्हा घर सोडतो. शेवट येते सुसान ब्राऊन. तिलाही नोकरीचे पत्र मिळाले. मॅनेजींग डिरेक्टर, एस डी जॉर्ज ह्यांची सेक्रेटरी ती काम करणार होती. कंपनीचे नाव होते फ्रँकलिन आणि कंपनी. तिच्या आईला तेवढेच आठवते. आणि तिला त्यांत वावगं असे काही वाटत नाही कारण हा तिचा तिसरा जॉब होता आणि प्रत्येक वेळी तिला राहण्यासाठी कंपनी जागा देत असते. ती आईला कामात रुळल्यावर पत्र लिहून खुशाली काळवीत असे. पण दोन्ही कंपन्या कॅलिफोर्नियातल्या असणे हा केवट योगायोग असणे पटत नाही."

"होय, जॉर्ज एम डी असणं, फारच विचित्र! त्याची सही तपासणी साठी पाठवा."

"मी ते सारे केले आहे. सर्वांच्या सह्या, पॅडी रुडीची देखील तपासणी साठी पाठवल्या आहेत. रुडीच्या दोन्ही सह्या, ही आणि हॉटेल सिल्वर डॉलर्स मधली सारख्याच आहेत"

दोन धक्कादायक घटना अचानक घडल्या पॉल लाईल्सचा पोलिसांच्या ताब्यात असताना मृत्यू झाला. पोलिसांनी त्याच्या कडून काही धागे दोरे मिळतात का हे पाहण्यासाठी उपाय करून पहिले, काका पूता करून झाले, दम - दाटी झाली, शॉक देऊन पहिले आणि सत्य बाहेर काढण्या करीत 'ट्रुथ सिरम' द्रव देऊन झाला. पोलिसांचे सारे प्रयत्न फोल ठरवत त्याने बऱ्याच काळ प्रतिकार केला होता. पण कदाचित त्याचे हृदय कमजोर असावे, तसे पोलीस रिपोर्ट मध्ये नमूद केले होते. त्याचे 'मायोकार्डियल इंफ्राकशन ' म्हणजे हृदय विकाराच्या झटक्याने मरण झाले होते. पण धक्कादायक घटना अधिक गंभीर होती. हॉटेल सिल्वर

डॉलर्सच्या नजीक असलेल्या नदीच्या किनाऱ्यावर पॉल फिल्लण्डरचे नग्न अवस्थेतले प्रेत आढळले. हॉटेल कर्मचाऱ्यांकडून प्रेताची पारख पटली होती. अजून धक्का देणारी बाब म्हणजे त्याची खरी ओळख. तो होता पॉल न्यूमन. त्याच्या आईने प्रेत ओळखले होते आणि त्याच्या जुन्या फोटोंवरून ते सिद्ध झाले होते.

त्याच्या गळा चिरण्यात आला होता, त्याचा उजव्या घट्ट आवळलेल्या मुठीत होती वुडू डॉल - एक चेटूक बाहुली. बाहुलीत अनेक टाचण्या खुपसल्या होत्या आणि छातीवर रक्ताने रेखाटले होते:

जर तुम्ही आमच्या विरुद्ध जाण्याचा प्रयत्न केलात तर वाईट शक्ती तुम्हाला घरातील!

प्रकरण ६

पाठलागाला सुरवात

डॅनियल आर्थरटनने आपल्या हाता खालील सर्व अधिकाऱ्यांना आपल्या कॅबीन मध्ये जमण्यास फर्मावले होते. आणि त्यांच्या बरोबर जनसंपर्क अधिकारी, एँथोनी पॅकर ह्यांना देखील. आणि आदेशानुसार ते सारे जमलेही होते. सगळ्यांच्या समोर टेबलवर 'द लॉगरहेड' वर्तमान पत्राच्या मुखपृष्ठाची प्रत ठेवण्यात आली होती सोबत एक नोटपॅड व पेन ठेवले होते. पुढ्यात असलेला मजकूर वाचून त्यावर टिपणी करणे आणि आपले मत मांडणे गृहीत धरले होते आणि जमलेल्या साऱ्यांना ह्याची चांगलीच कल्पना होती. शिस्तबद्ध डॅनियल साहेबांच्या पद्धतींची सर्वांना चांगलीच जाणीव होती.

वृत्तपत्राच्या पहिल्या पानावर, काही किरकोळ जाहिराती वगळता, अगदी संपूर्ण पानावर, सिमुर वुडवर्ड ह्यांनी तयार केलेला गुन्हा - अहवाल होता. सिमुर वुडवर्ड ह्यांना शोध पत्रकारिता मधला बादशहा मानले जपायचे. त्यांच्या अगदी सुरवातीच्या कारकिदी पासूनच उत्साही आणि चित्तवेधक अहवाल लिहिण्यात त्यांच्या हातखंडा होता. ' न्यूयॉर्कर' मध्ये एक गुन्हेगारी पत्रकार असल्या पासून त्यांनी आपल्या भेदक रिपोर्टमुळे अनेक गुन्ह्यांना, गाजलेले खून खटले, खुनांच्या मालिका, 'हाय प्रोफाइल ' तंटे आणि त्यांतून होणारे गुन्हे, घरगुती हिंसा, वगैरे, ह्या साऱ्यांना वाचा फोडली होती. आता ते लॉगरहेडचे संपादक झाले होत, आणि ते सुद्धा निमंत्रण देऊन त्यांची नेमणूक केली होती.

ह्या वेळीही छापून आलेला रिपोर्ट खळबळजक होता,. सध्या चालू असलेल्या एफ.बी.आय. तपासाची इत्थंभूत बातमी होती. कॉर्पोरल जॉर्ज वॉशिंग्टन उर्फ अपाची फॉक्स आपल्या सैनिकी पिस्तुलातून गोळी झाडून केलेली लुटेनंट (लेफटेनंट), फ्रँक सँडर्सची हत्या,

येथून सुरवात करत थेट पॉल फिल्लण्डर उर्फ पॉल न्यूमनचे प्रेत आंधळे पर्यंत छापून आले होते. त्यांत अगदी खडानूखडा सारे छापले होते. प्रेतां जवळ सापडलेले ते रक्ताने रेखाटलेले संदेश, टाचण्या टोचलेल्या चेटूक बाहुल्या, नोहा पोगबा आणि पास्कल रॉड्रिगो ह्यांचा उल्लेख, असे सार्व जणांचा आणि सर्व गोष्टींचा अहवाल मांडला होता. तपासनीसांनी आजवर काळजीपूर्वक गुपित ठेवले होते ते आता जगासमोर आले होते. एक मोठा गौप्य स्पोट झाला होता पॉल लाईल्सचे पोलिसांच्या ताब्यात मरण्यावर एक मोठा सवाल करून ते एक गूढ आहे आणि पोलिसांनी दिलेले त्याच्या मृत्यूचे कारण तसेच त्याचे मृत्यू प्रमाणपत्र खोटे असल्याचा दावा केला होता. तो पोलीस छळाचा बळी कशावरून नसेल अशी शंका उपस्थित करून न्यायालयीन चौकशीची मागणी केली होती.

ठीक १० वाजता ठरल्या वेळेनुसार डॅनियल साहेबांचे आगमन झाले. ते क्रोधाने लालबुंद झाले होते. त्यांचे उपायुक्त, एडविन पीलिकानो ह्यांनी साहेबांना इतके क्रोधीत झालेले पाहिले नव्हते. त्यांचे हे रुद्ररूप पाहून सारेच बिथरले होते. डॅनियल आर्थरटननां राग अनावर झाला होता आणि ते तावातावाने बोलत होते.

"कोणीतरी आपले तोंड उघडले आहे. माझा तुम्हा सर्वांवर पूर्ण विश्वास आहे. तुम्ही प्रामाणिक आहात ह्यात काही शंका नाही. तरीही आपल्या तपासातील सारे छापून आले आहे, आपण राखले गुपित आता साऱ्या जागा समोर मांडले आहे. हे घडायला नको होते आणि ह्यामुळे आपल्याला अनेक अडथळ्यांना सामोरे जपायला लागणार आहे. तपासात अडचणी येणार, जॉर्ज सावध होणार आणि त्याला शोधणे कठीण होणार. आपल्या बंद मुठीतले गुपित बाहेर आलेच कसे? काही कल्पना? प्रत्येकाने आपले मत मांडावे. कोण बोलाला सुरवात करणार? "

"सर, कोण्ही असू शकते," एडविन आपले मत मांडू लागला, " हॉटेल सिल्वर डॉलर्स मधले कोणाही, तो सॅम्सन किंवा दुसरे कोणी तरी."

"होय सर,लॉबी मॅनेजर सॅम्सनने पैश्याच्या लालचेने माहिती विकेल ही शक्यता नाकारता येत नाही. तसा तो महत्वाकांक्षी वाटतो आणि वरची कमाई म्हणजे बाजूचे साईड इनकम मिळवण्या साठी तो ह्या थराला जाईलही. पण साहेब," बिनॉय बॅनर्जी आपले मत सांगत होता,"वूडी सालोमनला मी क्लीन चिट देतो. तो साधा, सरळ प्रामाणिक माणूस वाटतो."

"बिनॉय, तुझ्याशी मी सहमत आहे. तुला माणसांची चांगली पारख आहे. तू वर्तवलेले अंदाज सहसा चुकत नाहीत. त्या हॉटेलचे इतरही कर्मचारी आहेत तसेच इतर लोकं असू शकतात."

"साहेब, ह्याचा अर्थ अनेक खबरी असू शकतात."

"होय एँथोनी, बाहेरचे किंवा आपल्यातलाच कोणीतरी, म्हणजे आपल्या विभागातला किंवा इतर कोणत्याही पोलीस डिपार्टमेंटचा. त्यावर आपलं काय म्हणणे आहे, एँथोनी?"

"सर, आपणास मी स्पस्ट सांगतो. माझ्या सर्व प्रेस ब्रिफींग मध्ये काळजीपूर्वक रित्या महत्वाचे गुपित राखून माहिती देत असतो. मीडियाला कोणतीही खळबळजनक लिखाण करण्यास कधीच मदत होत नाही. ह्या सिमूर वूडवर्डचे वेगळे आहे. त्याने माझ्या कोणत्याही पत्रकार परिषदेत भाग घेतला नाही. तो स्वतः जातीने माहिती मिळवण्या साठी फिरत असतो. तसे त्याने स्वतःची माणसे जागोजागी पेरून ठेवली आहेत. तुम्हाला आठवत असेलच, त्याने आपल्याला किती ताप दिला आहे, अगदी न्यूयॉर्करचा वार्ताहर असल्या पासून. तो एखाद्या गुन्हा घडताच, त्याचा वास घेत घटना स्थळी पोहोंचतो, जणू हुंगत, हुंगत येतो.

ब्ल#$@ वास घेणारा कुत्रा!"

"अँथोनी, तुच्या जिभेवर ताबा ठेव! मला कोणतेही अप शब्द नकोत."

"सॉरी सर. पण साहेब तो आपले काम कायद्याच्या कक्षेत राहून करतो. म्हणूनच तो आजवर आपल्या कचाट्यात सापडला नाही. आणि त्यासाठी आपण हे सारे त्याचे यश मानूया - आपले अपयश नाही. अर्थात, ह्यामुळे तपासात अनेक अडचणी येतील. आपल्याला मागे जावे लागेल. हा सारा दुर्दैवाचा भाग समजून पुढे जयाला हवे, बरोबर? "

"एँथोनी, तुझे म्हणणे रास्त आहे. जॉर्ज सावध झाला असेल. त्याचा शोध घेणे आता अधिक कठीण होऊन बसले आहे. असो. आता आपल्याला अधिक वेगाने पाऊले उचलला हवीत. ज्यांनी आपल्या टिपण्या तयार केल्या आहेत त्यांनी माझ्या टेबलावर ठेवाव्यात. आता येथले आवरून संध्यकाळी ४ वाजता परत भेटूया."

डॅनियल आर्थरटन आणि त्यांच्या टीमचे काम पुढे चालू राहिले.

दरम्यान जॉर्ज वॉशिंग्टनला कळून चुकले होते की त्याने तयार केलेली स्वतःची दुसरी नावे आणि स्वतःच्या दुसऱ्या ओळखी उपयोगी नव्हत्या. अपाची फॉक्स, अपाची जॉर्ज किंवा मायकल जॉर्ज ह्या नावानी वावरणे धोक्याचे होते. जॉर्ज फॉक्स ह्या नावा बद्दल त्याला खात्री नव्हती. पण कोणताही धोका पत्करण्यास तयार नव्हता. त्याला फुल्ल टाईम विच डॉक्टर म्हणून राहणे योग्य वाटले. त्याला अनेक अनुयायी लाभले होते. आणि त्याने अनेकांना ट्रेनिंग देऊन तयार केले होते. लिंडा विलियम्स, मायकल जोन्स, सुसान ब्राऊन आणि डॉक्टर फिलिप्स त्याच्या निकटच्या वर्तुळातले बनले होते. त्या सर्वांना नवीन नांवें आणि नवीन ओळख मिळाली होती.

कॉलोनेल (कर्नल) डॉ. फिलिप्स हे सैन्यात एक उत्कृष्ट सर्जन म्हणून ओळखले जात. त्यांनी जॉर्जवर युद्ध कालीन आजारात औषध उपचार केले होते आणि त्याच प्रमाणे त्याच्या जखमांवर मलम पट्टी आणि लहान मोठ्या शस्त्रक्रिया केल्या होत्या. ते निःसंशयपणे अतिशय हुशार डॉक्टर होते. पण शेवटी माणूसच! एके दिवशी त्यांच्या हातून एक मोठी चूक घडली. एका जखमी सैनिकाला त्यांनी चुकीचे इंजेकशन दिले आणि त्यामुळे त्याचा मृत्यू झाला. त्या घटनेचा जॉर्ज ह्या एक साक्षीदार होता. पण जॉर्जने आपले तोंड बंद ठेवले. थोड्याच अवधीत फिलिप्स निवृत्त होणार होते आणि जॉर्जने ह्या घटने संबंधी कोठे किंवा कोणाकडेही वाचता केली तर आपल्याला फार मोठं नुकसान सोसावे लागणार हे फिलिप्सला माहीत होते. सेवानिवृत्तीचे फायद्यांवर परिणाम होणार, त्याच बरोबर कोर्ट मार्शियल, म्हणजे लष्करी न्यायालया मार्फत चौकशी करून सैन्यातून हकालपट्टी आणि कदाचित तुरुंगवास, नकोच तो विचार! त्यांनी जॉर्जला लाच देऊ केली. पण जॉर्जने ती नाकारुन उलट त्यांना विचारले की त्यांनी मारीयो पुझोचे 'गॉड फादर' वाचले किंवा सिनेमा पाहिलाय का आणि उत्तरा वाट न बघता जॉर्जने साक्षात डॉन व्हिटो कॉर्लीओने ह्याच्या शैलीत आणि चक्क मर्लॉन ब्रँडोच्या आवाजात म्हणाला होता,

"माझ्या कडे ये आणि माझा मित्र बन. एक दिवस येईल, कदाचित असा दिवस कदाचित उजेडणारही नाही, मी तुझ्या कडे मदतीचा हात मांगेन. पण तोवर हा शांततेचा न्याय तुझ्या ह्या सेवा निवृत्तीच्या दिवशी माझ्या कडून अहेर समजून स्वीकार कर."

पोलीस कस्टडीत असलेल्या पॉल लाईल्सला तपासत असलेल्या डॉक्टरची बदली घडवून डॉक्टर फिलिप्स आंत कसे शिरले हे एक कोडे होते. पण त्यांत जॉर्जचा हात होता हे निश्चित!

डॉ.फिलिप्सने सुरवातीला नाही उपचार चालू ठेवले. नंतर तोंडी देणारे पॅरासिटामोल गोळ्याचे औषध इंजेकशन द्वारे देऊ लागले आणि नंतर काही प्रतिजैविक (अँटी बियॉटिक्स) औषधें आंतरनीला,शिरेच्या आत (इंट्रावेनस) ड्रीप द्वारे देऊ लागले आणि त्यांत ते गुप्तपणे अँथ्रासायक्लीन नामक रसायन मिसळू लागले.. ह्यामुळे हृदयावर प्रतिकूल परिणाम होतो. पॉलच्या मृत्यू नांतर डॉ.फिलिप्सचे तेथून अचानक पोबारा होणे तितकेच गूढ होते. तो आज जॉर्जच्या टीमचा अतूट भाग बनला होता. जॉर्जचे चेटूक विद्या आणि वुडू कुचकामी होत असे तेंव्हा फिलिप्सचे डॉक्टरी ज्ञान कमी येई. आजारी लोकं फिलिप्सच्या औषध उपचाराच्या गुणांने बरे होत पण सारे श्रेय जॉर्जला मिळे. लोकांना हा सारा त्याच्या जादूटोणा आणि चेटूक विद्येचाच प्रभाव आहे. असे वाटे. जॉर्जची विच डॉक्टर म्हणून कीर्ती वाढू लागली त्याच्या कडे लोकं कोणत्याही सम्ससेवर तोडगा काढणारा एक चांगला सल्लागार आणि कोणताही रोग बरा करणारा एक 'हिलर' म्हणून पाहू लागले. त्याची ख्याती दूरवर पसरली होती.

आता तो स्वतःही आपल्या ह्या शक्तीवर विश्वास ठेऊ लागला. आपण वाईट शक्तींना उठवू शकतो, मृतात्म्यांना केंव्हाही आणि कोठेही बोलावू शकतो. त्यांनी काही मंत्राचे बोल आत्मसात केले होते. तो ते बोलून काही विधी करीत असे. सारे अगदी 'हॉकस पोकस' म्हणजे सर्व बनवाबनवीचा प्रकार. पण ह्या विधींसाठी तो नरबळीही देत असे. त्याला वाटत असे की आपल्या जादूने एखाद्या व्यक्तीची मेणाची किंवा चिकण मातीची प्रतिमा बनवून त्या व्यक्तीवर बाधा आणू शकतो, तसेच एखाद्याच्या नावे चेटूक बाहुलीचे दहन करून त्या व्यक्तीला संपवू शकतो. भूत, वेताळ आणि पिसाच ह्यांना जागृत करून आपल्या वाईट कामात मदत करण्यास भाग पाडू शकतो.

ते सारे त्या जंगलात जमले होते. जॉर्जने ग्रेटाला ती विधी करण्यास

सांगितले. ती चेटूक बाहुली आपल्या डाव्या हातात घेऊन उजव्या हाताने १३ टाचण्या बाहुलीच्या कपाळापासून, कपाळाच्या डाव्या बाजूला पहिली टोचून मग खाली खाली येत, डावी नाकपुडी, हनुवटीच्या डाव्या बाजूस, डावा खांदा,, छातीच्या व पोटाच्या डाव्या बाजूस, डाव्या फरीत म्हणजे डाव्या मांडीचा सांधा, डावी मांडी, डावे ढोपर, डावी पोटरी, डावी टाच आणि डाव्या पायाचा आंगठा. ग्रेटाने सुरुवातीला हे सारे करण्याचे मान्य केले होते. मग विधी चालू असताना तिने अचानक विधी पुढे चालू ठेवण्यास नकार दिला. मग काय विचारता, जॉर्जने अत्यंत क्रूरपणे कुऱ्हाडीने ग्रेटाचा उजवा हात खांद्या पासून कापून अलग केला. हाच होता तो डेसमंडला सापडले हात आणि हीच होती ती पीटरला सापडलेली वुडू बाहुली!

ह्या गोष्टीला काही काळ झाला होता आणि ग्रेटाच्या जागी सुसान आली होती.

आता नाच गाणे अधिक जोशात चालू होते आणि सारी वाद्ये अधिक तीव्रतेने वाजू लागली होती. आवाजाची पातळीने उच्चांक गाठला होता. तुमच्या आमच्याना कर्कश वाटले असते. आपल्या सारख्यांची कानठळी बसलीच असती. पण ते सारे लोक नशेत धुंद होते. आता एक उच्चांक गाठला होता - क्रेसेंडो! एक स्त्री एका चितेवर नग्न अवस्थेत होती. ती हातवारे करत आणि आपले सारे अंग एखाद्या नागिणी सारखी जागेवर राहून डोलत होती. तो एक मादक नृत्याचा प्रकार असावा. तिच्या भवती अनेक जण नाचत होते. त्या जमावात अपाची जातीचे (रेड इंडियन), निग्रो, आफ्रिकन, अमेरिकन, चिनी, असे मिश्र जातीचे होते. काहींचा पेहराव हिप्पी लोकांसारखा तर काही नीटनेटक्या कपड्यात होते. सर्वांच्या उघड्या अंगावर होत्या गोंधवलेली वेगवेगळी आणि चित्रविचित्र आकृत्या. काही जण हातात पेटत्या मशाली घेऊन होते तर काहींच्या हातात होती अनेक प्रकारची हत्यारे -

सुरे, भाले, तलवारी,कुऱ्हाडी, धनुष्य- बाण, पिस्तुले, इत्यादी. अनेक जण वेगवेगळी वाद्ये वाजवत होते. ह्या सर्व गोंधळात आणि आवाजाच्या कल्लोळात जॉर्जचा आवाज स्पष्ट ऐकू येत होता. तो त्या विधीसाठी मंत्र म्हणत होता. मंत्र कोणत्यातरी विचित्र भाषेत, अपाची भाषा आणि मध्ये इंग्रजीत बोलत होता.

"Iłk'idą́, kǫǫ yá'édįná'a.'Ákoo Tł'ízhe hooghéí dá'áíná bikǫ' 'ólíná'a.'Ákoo Tł'ízheí gotál yiis'ą́ná'a.'Ákoo Mai'áee híłghoná'a
(नंतर कोणत्यातरी विचित्र भाषेत*) @$#@*^ @*
(मग इंग्रजीत समजावू लागला) *फार पूर्वी अग्नी नव्हता. फक्त ज्यांना आपण काजवे म्हणतो त्यांच्या कडेच होती ही आग. काजव्यानी केले होते आयोजन एका समारंभाची आणि आले होते समारंभाला कोयोटे. तेच तस्कर, जे आजही आपल्या कडून आपली शक्ती छिनू पाहतात. पण तसे होणे नाही आणि होणार होणार नाही. ह्या विधीने मी जागे कारेन. @$#$#@*#@ हे सैताना, राजाधिराज, साऱ्या भुतांचा तू आहेस राजा, जागा हो. देत आहे मी तुला ताज्या रक्ताचा प्रसाद!"*

त्या चिते वरील स्त्री भवती ते आता बेभान होऊन नाचत होते आणि सैतानाचा आप आपल्या भाषेत जयजयकार.

"सैतानाचा विजय असो. Long live the Satan. 吾皇万撒但 Wú huáng Sā dàn!"

(The last one was in Chinese, which means' Long live the King Satan.)

अचानक नाचणाऱ्या जमावातील एका माणसाने त्या नग्न स्त्री जवळ येऊन तिचे तोंड उघडले, आपले स्वतःची करंगळी कापली आणि आपल्या हातातून निघणारी रक्तची धार तिच्या उघड्या

तोंडात सोडली.त्याचे रक्त तिच्या ओठावरून खाली गळ्यावर, मग तिच्या उघड्या स्तनांवर व छातीवर आणि छातीवरून खाली येत चेतेवर. मग चितेवरून खाली जमिनीवर सांडू लागले. आता त्याच्या जखमेतून रक्त वेगात वाहू लागले.

जल्लोश चालूच होता.

आणि ह्याच क्षणाला जुडीमोठ्याने किंचाळली *"बाप रे! ओ गॉड!*

अचानक सारे स्तब्द झाले. पलीकडल्या झुडपातून ऐकू आली होती एक भयंकर किंकाळी. कुणीतरी झुडपामागून त्यांची ही विधी पाहिली होती. आपल्या जादूने सैतानाला जागे करण्यास ह्याही वेळेस व्यत्य आला होता. सैतानाची पूजा निर्विघ्न होणे आवश्यक आहे जॉर्ज मनात होता आणि असे झाले तरच आपण सैतानाला जागृत करू असा त्याचाच विश्वास होता. पहिला त्या ग्रेटाने घातला होता घोळ आणि हे, जे कोणी त्या झुडपा मागे लपून आपली विधी पाहिली होती. एका पेक्षा अधिक होते हे नक्की आणि त्यांत एक स्त्री हे पण खरे होते. जॉर्जला आपल्या ह्या विधीचे साक्षीदार असणे चालणार नव्हते. त्यांना नष्ट करणे जरुरीचे आहे असे जॉर्जला वाटले. जॉर्जने काही माणसांना त्यांना शोधून मारण्याचे आदेश दिले.

आणि सुरु झाला पाठलाग.

प्रकरण ७

जळालेली ती बाहुली आणि तिला टाचलेला तोच रक्ताने रेखाटलेला भयानक संदेश :

'जरका तुम्ही आमच्या विरुद्ध जाण्याचा प्रयत्न केलाच तर असाच जळून खात्मा होईल'

'

ते लोकं त्यांचा पाठलाग करू लागले होते. आपल्या भक्कम, दणकट कॅरव्हॉन ट्रेलर गाडीत बसून डेसमंड आणि मंडळींनी तेथून पळ काढला होता. परिस्थिती अनिश्चित, डळमळीत आणि अवघड होती तरीही डेसमंडच्या नजरेतून काही सुटत नसे. त्याची दृष्टी असामान्य होती आणि श्रवणशक्ती विलक्षण होती, दोन्ही अगदी 'सुपरमॅन' सारखी ! गाडी आता घनदाट जंगलात शिरली होती. जंगली प्राण्यांचे आवाज ऐकू येत होते आणि डेसमंडने एखाद्या अँकर प्रमाणे समोर येत असलेल्या देखाव्याचे वर्णन करू लागला. त्याचा हेतू सरळ होता, सर्वांचे मनोधैर्य वाढवायचे होते आणि थोडी करमणूक देखील करायची होती.

इतर कोणालाही ऐकू येण्यापूर्वीच पक्ष्यांचे आणि जनावरांचे आवाज डेसमंडला ऐकू येऊ लागले आणि त्या त्या जनावरांचे आणि पक्षांचे आवाजासकट अचूक नक्कल करू लागला. नक्कल अस्वाभाविक आणि बेमालूम होती आणि तो ती अशा प्रकारे करत होता. माकड चेष्टा, खरोखर एखाद्या माकडा प्रमाणे उजव्या हातानेच आपली उजवी खाक खाजवीत डावा हात वर करून फांदी किंवा पारंबी पकडत असल्याचे भासवीत गाडीच्या एका बाजूपासून दुसऱ्या बाजूस चक्क उडी घेत माकडाचा आवाज कडून उद्गारला, " *ची ची क्री ऋ, काय हो तुम्हाला वानरांचा*

आवाज ऐकू येत नाही? अरे, ती पहा, त्या झाडांवर, ती वूली वानर आहेत. ह्या पर्जन्यवनांत, म्हणजे ह्या विषुववृत्तीच्या घनदाट जंगलात ह्या माकडांचा सुळसुळाट असतो. अजून तुम्हाला दिसली नाहीत?"

खरोखर,बऱ्याच अवधीनंतरका का होईना, इतरांना ती माकडे आता दिसू लागली. ही लांब शेपट्या असलेली माकडं एकत्रित घोळका करून होती. आपल्या हाता – पायां बरोबर ती माकडे शेपट्यांचा वापर फांद्या पकडण्या करीत होती. डेसमंड ह्या वूली वानरांबद्धल इत्थंमभूत माहिती सांगत होता. इतक्यात एक 'हंमीन्ग बर्ड' नामक एक पक्षी आपल्या पंखाची फडफड करत गाडीच्या जवळून गेला. तो इतका वेगात गेला की इतरांना तो दिसालाही नव्हता, केवळ काहीतरी हिरवे निघून गेल्याचा आभास झाला होता. पण डेसमंडने बरोबर ओळखले. हा तेजस्वी पक्षी लांब निमुळती चोच आणि रंगबेरंगी पिसारा असलेला पक्षी हंमीन्ग बर्ड असल्याचे सांगितले. त्या पक्ष्याचे वर्णन करून त्याच्या बद्धल माहितीही पुरवली. पुढे त्यांना हा पक्षी झाडावर बसलेला दिसला देखील आणि डेसमंडने केलेले त्याचे वर्णन तंतोतं जुळत होते.

आता येथील जंगलाचा भाग एपिफाईट जातीच्या झाडांनी व्यापला होता. त्यांत नेचा (फर्न), ऑर्खिड आणि ब्रॉमोलेड भरणा होता. सूर्यास्थ होण्यास थोडाच वेळ शिल्लक होता. सूर्याची सोनेरी किरणे उंच झाडातून खाली डोकावू पाहत होती. डेसमंडने सर्वांचा आत्मविश्वास वाढवला होता.

अचानक डेसमंद ओरडला, *"तो पहा हंमीन्ग बर्ड, त्या झाडाच्या फांदीवर!"*

आणि काही सेकंदात उडूनही गेला, पण सार्यांनी बघितल्या नंतरच. ते होते त्या पक्ष्याचे शेवटचे दर्शन. आता झाडांच्या दाट छता खाली अंधार पसरला होता. जमीन थोडी सपाट असल्यामुळे

गाडीचा वेग थोडा वाढला होता. गाडीने बरेच अंतर कापले होते, बारा तासांचे कोठेही न थांबता पिटरने हाकली होती. अजूनही तो स्टिअरिंगवर होता. तो गाडी पट्टीच्या चालका प्रमाणे चालवत होता. त्याने दोन ते तीन वेळा 'ग्रां प्रि' मोटार शर्यतीत भागही घेला होता.

सकाळचे ९ वाजून गेले होते. तरीही अंधार होता. सूर्य किरणे झाडांच्या पानांमधून हळुवारपणे जमिनीवर पडत होती. पीटरला गाडी चालवण्यास कठीण जात होते कारण आता ते चढणावर आली होते. चढणीवर वेगा पेक्षा शक्ती लागते कारण गुरुत्वाकर्षणच्या विरुद्ध अखंड गाडीचे वजन वर उचलून नेयायचे असते हे पीटरला माहित होते. म्हणून तो बराच वेळ गाडी पहिल्याच गियर मध्ये चालवत होता जेणे करून 'फोर्स' उपलब्द होईल. गाडी धीम्या गतीने हाकत होता. अधून मधून तो दुसरा व तिसरा गियर सावधगिरी वापरात होता, पण खबरदारी घेत होता की मोटारीच्या इंजिनवर दाब येणार नाही, ज्यामुळे यंत्र तापून व अति गरम होईल आणि गाडी बंद पडण्याचा धोका. पानांमधून डोकावणारी सूर्य किरणे पीटरचा थेट डोळ्यांवर पडत होती आणि तो अक्षरशः डोळे मिचकावत गाडी चालवत होता.

सूर्याची ती किरणे पानांच्या जाळीतून काळ्याकुट्ट जमिनीवर हळुवार पडत होती आणि जणूकाय निसर्गाने एक सुंदर गालीचाच त्यांच्या पुढे पसरला होता.

आणि सुंदर देखावा पाहून ज्युली एकदम जोरात उद्गारली,
"कोमोरेबी! वाव! किती सुंदर आहे. मखमली चादरीवर सुनेरी बुट्टी !"

"कोमोरेबी? हे लॅटिन भाषेत म्हंटलेस का? " कोणीतरी विचारले.

"नाही. लॅटिन नाही. हा जपानी शब्द आहे. ह्या शब्दाचे योग्यअसा अनुवाद करता येत नाही. वक्तृत्वपूर्णरीतीने. जवळपास येणारा इंग्रजी शब्द, नाही वाक्प्रचार 'dappled sunlight' (डॅप्पल्ड सनलाईट), झाडा झुडपांच्या हिरव्या छतातून जमिनिवर पडणाऱ्या सूर्य किरणांचा सुंदर परिणाम!"

"वाह डार्लिंग रॉबी, तू थोर आहेस आणि तुला बरेच ज्ञान आहे. पण तुला जपानी भाषा अवगत आहे हे मला माहित नव्हते. ग्रेट आहेस!" ज्युलिच्या डोळ्यांत रॉबर्ट बद्धलचे प्रेम व आदर दिसत होता आणि तिच्या बोलण्यातून अक्षरशः वाहत होता.

"त्यांत ग्रेट असे काही नाही, मी तुला सांगतो, ज्युलि. त्याचे काय आहे, आमच्या शालेय जीवनात जपानी भाषा आम्हा दोघांना शिकण्यासाठी कावाबाया व त्याची बहीण योको ह्यांची घरी शिकवणी लावली होती. रॉबर्टचे योको बद्दल थोडे आकर्षण होते."

"डेसमंड, थांबावं तुझा हा वेडेपणा!"

ही सारी मजा मस्ती चालू असून देखील, डेसमंडचे गाडी कडेही लक्ष होते.

"पीटर, आता आपण जवळ जवळ शिखर गाठले आहे, अजून साधारण १ किलोमीटर आणि नंतर उतरण लागेल. आता थोडी खबरदारी घेऊन गाडी चालावं."

"होय, डेसमंड. मला तुझ्या सर्व सूचना अगदी तोंडपाठ आहेत. आता आपण पूर्वेच्या दिशेने जात आहोत. उतरणीच्या ४ कि.मी. वर एका दुभागलेल्या वाटेकडे येऊ. आपण डावी पकडू म्हणजे आपण उत्तर दिशेला असू."

"मित्रा, तू बरोबर आहेस. आणि अजून खाली गेल्यावर आपल्याला

एक लहान गाव लागेल, त्याचे नाव आहे पिसगाह. आपण तेथे थांबू पण गाडीतून कोणाही उतरणार नाही. मी एकटाच उतरून परिस्थितीची पाहणी कारेन आणि मग आपण ठरवू पुढे काय करायचे ते. "

ते गावात पोहोंचले होते, गाडी गावाबाहेर काही किलोमीटरच्या अंतरावर उभी करून आणि तिला झाड झुडपात लपबुन ते सर्व गावाजवळ एका झाडीत राहिले. डेसमंड एकटाच चालतच, अगदी चोरट्या पाऊलांने दबत दबत गावात प्रवेश केला. झाडं आता तुरळक होती आणि डेसमंडला झाडांचा आसरा घेता येणार नव्हता. सूर्य डोक्यावर आला होता. त्याच्या काही अंतरावर ८ ते १० झोपड्या होत्या आणि प्रत्येक झोपडी दुसऱ्या झुपडीपासून साधारण १० फुटांच्या अंतरावर होती. तळपत्या ऊनांत झोपीडी बाहेर पडण्याचा कोण धाडस करणार होत?

कदाचित लोकं सीएस्टा म्हणजे वामकुक्षी घेत असावेत, असा विचार करत डेसमंडने पहिली झोपडी गाठली. झोपडीचे दार किंचितसे उघडे होते. दाराच्या फटीतून डेसमंडने हाळुच आंत डोकावले. जमिनीवर पसरलेल्या गादीवर एक तरुण निजला होता. आजूबाजूला कोण्ही नव्हते. डेसमंडने कानोसा घेतला. कोणाचीही चाहूल लागत नव्हती. डेसमंड हळूच आंत शिरून टांचनवर चालत त्या झोपलेल्या माणसाच्या जवळ आला. तो झोपला होता आणि तो श्वास जोर जोरात घेत होता. त्याला बघता क्षणीच तो आजारी असेल असे वाटले आणि त्याच्या कपाळाला हात लावताच डेसमंडची खात्री पातळी. त्याचे आंग तापाने चांगलेच फणफणले होते. डेसमंडने आपली नजर आजूबाजूला फिरवली. बाजूला दुसरी खोली होती पण तीही रिकामीच होती. तो तरुण विशीतला असावा. बाजूला एका स्टुलावर त्याचे पाकीट होते आणि त्यांत त्याचे ओळख पत्र, आय कार्ड होते. डेसमंडचा अंदाज बरोबर होता. त्याचे नाव होते केईथ बासो आणि त्याचा पत्ता न्यू यॉर्क

येथील होता.

त्याला वैद्यकीय मदतीची अत्यंत गरज होती. पण त्याला एकट्यालाच असे का सोडले? डेसमंडला सळसळण्याचा आवाज ऐकू आला. पाठीमागून कोणीतरी आंत येत होते. स्वतःच्या टाचांवर गिरकी घेत डेसमंड जोरात पाठी वळला. कंबरेला लटकवलेल्या कातडी पिशवीतुन उजव्या हाताने आपले पिस्तूल काढून जे कोणी होते त्याच्या अंगावर धावून गेला, वेळ पडलीच तर गोळी घालण्यास तो कचरणार नव्हता. पण समोर एक साठी पलीकडील माणूस होता. कदाचित तो त्या आजारी माणसाचा नातेवाईक असावा. आपल्यासमोर अनोळखी माणूस आणि ते देखील अश्या रीतीने, हातात पिस्तूल घेऊन, आलेला पाहून म्हातारा अतिशय घाबरला होता आणि मूर्तिमंत भीती त्याच्या डोळ्यांत दिसत होती. डेसमंडने पिस्तूल होल्स्टर मध्ये ठेवीत त्याचा कडे झेप घेतली आणि त्याचे तोंड दाबून त्याला हंबरडा फोडण्या पासून किंवा ओरडण्या पासून रोखले. हे सारे इतके झटकन घडले की त्यांनी कोणताही प्रतिकार केला नाही. पण आपला दुसरा हात त्याच्या खांद्यावर ठेवीत त्याला धीर देत हळुवारपणे विचारले, आणि त्याच बरोबर त्याच्या तोंडावरचा हात साईलही केला.,

" तू कोण आहेस आणि आजारी मानुष कोण? त्याला असे एकट्याला का सोडले? हे बघ मी एक डॉक्टर आहे आणि ह्याला मी मदत करू शकतो. चाल पटकन सांग."

"मिला थोल थोल इन्ग्लीस येतो. मी जुह बासो, तो मीना ग्रान सून (नातू) कैथ."

(त्याने मोडक्या तोडक्या इंग्रजीचीत सांगितले की 'मला थोडे थोडे इंग्लिश येते. तो माझा ग्रँड सन, कैथ आहे,')

"सर, हे आहेत .../" तो आजारी तरुण अडखळत आणि अस्पष्ट

आवाजात बोलत होता, ऐकण्या करिता खाली वाकून आपले कान अगदी त्याच्या ओठांजवळ नेत येकण्याचा प्रयत्न करत होता.

". माझे ... माझे आजोबा... जुह बासो... त्या... त्यांना इंग्रजी नीट बोलता येत ... नाही. मी कैथ माझी तब्येत ठीक नाही. महिन्या पूर ... एका महिन्या पूर्वी मी येथे आलो आहे... मी.. मी आजारी झालो.... अगदी थोड्याच दिवसात ... कदाचित हा जंतु संसर्ग असावा, मी तसे खात्रीपूर्वक सांगत नाही. पण... ही अज्ञानी माणसे .. आणि त्यांत माझे वडील, हॅरी बासो देखी ... म्हणे माझ्यावर जादूटोणा केला आहे ... किती मूर्खपणा! बुल शीट!"

"आता तुझे वडील कोठे आहेत? आणि तुला अशा स्थितीत सोडून गेले तरी कसे?"

"ते त्या... ते त्या लोकांकडे गेले आहेत. त्या विच डॉक्टर आणि त्याचे ते अनुयायी ... तो म्हणे भूत बाधा आणि जादू टोणा उपाय करतो. भूत बाधा - जादूटोणा सारे हम्बग! माझ्या वडिलांनी जबरदस्तीने त्या ढोंगी माणसा कडे नेले होते, कोणी फॉक्स नावाचा ,,, स्वतःला विच डॉक्टर म्हणवतो. तो मूळचा अपाची किंवा इतर कोणत्याही रेड इंडियन जमातील नक्कीच नाही. गोरा अमेरिकी आहे. मला तेथे चार दिवस ठेवण्यात आले. माझ्यावर त्याने काही विधी केल्या, काही चमत्कारीक मंत्र म्हणायला, काही मोडक्या - तोडक्या वेगवेगळ्या 'अथबास्कान' (Na-Dené) ह्या अपाची भाषेंत आणि त्यांतही चार बोली किंवा पोट भाषांचे मिश्रण - जीकारिल्ला (Jicarilla), लिपान (Lipan), किओवा अपाचे (Kiowa-Apache), चिरिकाहुआ (Chiricahua), आणि मस्कलेरो (Mescalero). अपाचे आणि नावाजो भाषेत तसे बरेच साम्य आहे, आणि... "

त्याने आपले बोलणे अर्ध्यावर सोडले कारण जुह बासो. काहीतरी बोलत होते,

'Iłk'idą́, kǫǫ yá'édįná'a.'Ákoo Tł'ízhe hooghéí dá'áíná bikǫ' 'ólíná'a."

"ते सांगत होते की फार वर्षांपूर्वी अग्नी नव्हता. काही काळा नंतर त्या माश्यांनी , ज्यांना आपण काजवे (फायर फ्लाईज) म्हणतो, त्यांनी अग्नी प्राप्त केला," कैथ समजावून डेसमंडला सांगत होता, *"आणि आजोबा सांगतील की ह्या विच डॉक्टरांनी आपल्या जादूने अग्नी पृथ्वीवर कसा परत आणला. आणि जादूटोण्याने ते कसे आजारी आणि पीडित माणसांना बरे केले, कसे त्यांना भूत - प्रेतापासून मुक्ती देतात,वगैरे, वगैरे. मला हे सारे तोंडपाठ झाले आहे. हे सारे मी दोघां, म्हणजे बाबा आणि आजोबांकडून अनेकदा ऐकले आहे. "*

हे सर्व सांगत असतांना त्याच्या आवाजातील कंप आणि अस्पष्टता पार नाहीशी झली होती आणि तो न अडखळता आणि अस्खळीतपणे बोलत होता.

"४ दिवस तू तेथे राहिलास. तू तेथे काय पाहिलेस? तेथे किती जण होते? अरे, सांगायचे राहिले. मी एक डॉक्टर आहे. माझे नाव आहे डेसमंड."

डेसमंडने त्यांच्या बाबतीत जे घडले आणि ते येथवर कडे पोहोंचले हे सारे कैथला सविस्तरपणे सांगितले.

"अरे देवा! तुम्हाला त्रास देणारे भयंकर लोकं नक्कीच त्या कॅम्प मधलेच असणार. माझी तशी खात्री आहे. आता इथे जास्ती काळ थांबणे सुरक्षित नाही. तुम्ही लौकर निघा. ते आपल्या मोटार बाईकवर केंव्हाही पोहोंचतील. आणि त्यांना तुम्हाला येथे येण्यास जितका वेळ लागला तेवढा वेळ त्यांना लागणार नाही ते डोंगरातील खडबडीत आणि ओबडधोबड मार्गाने वेगात येऊन

पोहोचतील. माझे वडील त्याच मार्गाचा वापर करतात. माझे बाबा सूक्ष्म निरीक्षण करण्यात पटाईत आणि त्यांनी तुमची गाडी पहिली असणारच आणि त्या बद्दल वाचताही केली असणार, माझे वडीलही येत असतील. तेंव्हा निघा."

"तू आमची काळजी करू नाहोस. आमचे रक्षण करण्यास आम्ही समर्थ आहोत. प्रथम तुझ्याकडे बघूया. माझ्या प्रमाणे माझा मित्र, नाही भाऊ, रॉबर्टस हाही डॉक्टर आहे. मी तुला आमच्या गाडीकडे घेऊन जातो."

असे म्हणत डेसमंडने कैथला आपल्या रुंद आणि मजबूत खांद्यांवर उचलून घेतले. आजारामुळे कैथचे शरीर हलके आणि नाजूक झाले होते. तो फार अशक्त होता. त्याला चालण्यासाठी त्राण उरले नव्हते. पण तरी तो म्हणाला,

"सर, प्लिज मला खाली ठेवा. मी तुमच्या गाडी पर्यंत चालेन," कैथ लाजिरवाण्या भावनेने सांगत होता,

"तुम्ही मला असे खांद्यावर उचलून नेत आहात. मला संकोचल्या सारखे वाटते. कृपा करून मला खाली ठेवा आणि चालू.. "

"जरा गप्प रहाशील का? तुझे असे बडबडत राहणे न मला मदत करणार न तुला. तेंव्हा तुझे हे वाचाळ तोंड बंद ठेव."

डेसमंडच्या ह्या दटावण्याने कैथवर चांगलाच परिणाम झाला. आणि त्याने आपल्या तोंडाला कुलूप लावले. गाडीत शिरताच डेसमंडने पीटरला गाडी सुरू करण्याचा इशारा दिला आणि रॉबर्टला बोलावले.

"कैथ, तुलाही आमच्या सोबत यायला लागणार. तुला येथे ठेवणे धोक्याचे आहे, शिवाय ...."

"पण, सर.... "

"असे अधे मध्ये बोलून व्यत्यय आणू नकोस! माझी म्हणणे संपूर्ण ऐकून घे. तुझ्या आजोबांना खात्रीने वाटणार की मी तुला पळविले आहे, किडनॅप केले आहे. आणि तसाच समाज तुझे वडील, काय बरे त्यांचे नाव? हॅरी, बरोबर? दोघेही असा कयास का करतील असे तू विचारशील. हा माझ्याच योजनेचा एक भाग समाज. मी तुझे पाकीट, रिकामे केले. रिकामे वॉल्लेट फाडून ते तू झोपला होतास तिकडे टाकले. तुझी बॅग घेतली तुझ्या काही कपड्यांसकट, सर्व कडे घेतले नाहीत. दुसरी गोष्ट आपले संभाषण होत असतांना आजोबांना झोप लागली होती. त्यांनी मला पुस्तूल घेऊन पाहिले होते. आणि मी अजूनही काही गोष्टी तयार करून सोडल्या आहेत - टेल टेल साइन (tell -tale sign) *ज्यामुळे तुला मी पळवून नेले असे वाटेल. आपण प्रवास करत असतांना आम्ही दोघे तुझ्यावर उपचार करू. आता जे डॉ. रॉबीने तुला टोचले ते होते एक सौम्य शामक* (mild sedative) *आणि त्याच बरोबर तुझा ताप आणि तुझी डोके व अंग दुखी कमी करण्यासाठी इंजेक्शन मधून औषधे. ह्या औषधांना आमच्या भाषेत अँटी पायरेटिक आणि ऍनॅजेसिक असे म्हणतो. असो. तुला गुंगी येण्यास थोडा वेळ लागेल, तोवर आपण गप्पा मारूया. त्या कॅम्प मधले तुझे चार दिवस. सांग काय आठवते."*

"मी तुम्हाला सांगितल्या प्रमाणे, मला ह्या थातुर मातुर जादूटोणा - विच क्राफ्ट चेटूक विद्या ह्या आत्या गोष्टींवर विश्वास नाही. माझ्या बाबांचा आणि आजोबांचा असल्या गोष्टींवर संपूर्ण विश्वास आहे. ते दोघेही विच डॉक्टर कडे मी लहान असल्या पासूनच जात होते. पहिले मुखिया होतेते चांगले तरी होते. ते आपली जादू लोकहितासाठी वापसरित. पण हा फॉक्स, नावाला शोभेल असा - कोल्ह्या प्रमाणे धूर्त आणि लांडग्यासारखा लबाड व क्रूर आहे. असे

म्हणतात की तो नर बळीही देत असतो. मला त्याने सांगितले की मला भूत आणि वाईट शक्तींनी पच्छाडले आहे, पाच वाईट शक्ती! माझ्यावर त्याने काही विधी केल्या. काही मंत्र म्हंटले, इंग्रजीत आणि मोडक्या तोडक्या विविध अपाचे भाषेत. त्या बद्धल तुम्हाला मी सांगितलेच आहे. सर्व थापेबाजी. कसलीतरी पावडर पूड माझ्या घशात कोंबली. मला त्यामुळे बरे वाटणे सोडा, मी अधिक आजारी झालो. तुम्ही आला नास्ता तर हे चालूच राहिले असते."

"बरे, मला सांग. किती माणसे होती? त्यांच्या कडे काय शास्त्र होती?"

"एक लांब श्वास आंत घे. हं, आता परत घे." रॉबर्ट त्याला स्टेथोस्कोपने तपासात होता.

"कैथ, अगदी अचूक आकडा नको. साधारण किती माणसे आणि त्यांच्या कडे किती शास्त्र?"

"माझे तुला तपासून झाल्यावर त्या डॉक्टरला उत्तर दे. तोंड उघड आणि जीभ बाहेर काढ. डेसी, मी त्याला काही अँटी बायोटिक देतो. माझे जवळ झालेच. हां, हा आता संपूर्ण तुझ्या ताब्यात. डेसी, मी तुला काय म्हणून हांक मारू? कोलोनेल (कर्नल) डेसमंड का डिटेक्टिव्ह डेसमंड?"

"डेसी चालेल. कोणताही उपसर्ग (*prefix*) नको. किंवा माझ्या नावा मागे कोणताही प्रतेय (*suffix*) लावू नकोस. कैथ, सांग."

" तीस ते चाळीस असतील. एक मिश्र जमाव, गोरे अमेरिकी, रेड इंडियन, निग्रो आणि तुरळक चिनी. पुरुष आणि काही बायका पण मुलं दिसली नाहीत. त्यांच्या जवळ कुर्हाडी, भाले, धनुष्य-बाण, चाकू-सुरे आणि काहींकडे बंदुकी देखील. मोटार बाईक होत्या पण चार चाकी वाहने दिसली नाहीत, मी तरी नाही

पाहिली."

"रॅाबी, त्याला ऍमॉक्सिसिलीनचे इंजेलशान दे. तो आता चांगलाच डगमगू लागला आहे. त्याला कोणत्याही सिडेटिव्हची गरज नाही. ताप कमी झाला आहे. थोडा आराम मिळाला म्हणजे तो ठीक होईल. "

कैथला शांत झोप लागली होती. त्याच्या शरीराचे टेम्परेचर नॉर्मल झाले होते, बिलकुल ताप नव्हता. त्याच्या छातीचे ठोके व्यवस्थित पडत होते. डेसमंडने कैथची सर्व कागद पत्रे आपल्या नजरे खालून घातली होती. तो एक पदवीधर होता आणि कायद्याची डिग्री मिळवून कायद्याची अंमलबजावणी विभागाची परीक्षा चांगल्या रीतीने उत्तीर्ण केली होती. थोड्याच दिवसात त्याला पोलीस खात्यात नोकरीही मिळणार होती. तो त्याच्या मामा, सँडर्स ह्यांच्या कडे न्यू यॉर्कला राहत असे. त्याचे सारे शिक्षण, अगदी शाळे पासून, न्यू यॉर्कला झाले होते. सँडर्स हे बडे असामी आणि मोठे प्रस्थ होते. त्यांनी कैथसाठी बरीच शिफारस पत्रे अनेक शासकीय विभागांच्या प्रमुखांना लिहिली होती.

जेंव्हा जेंव्हा कैथ शुद्धीवर येत होता तेंव्हा तेंव्हा तो आपल्या मामा आणि मामी बद्धल भरभरून बोलत होता, अनेक वेळा अस्पष्ट व अर्धवट वाक्यात असे, पण डेसमंडने त्यातून नीट अर्थ काढला.

तो पाच वर्षांचा असतानाच त्याचा मामा त्याला घेऊन गेला होता. मामा व मामी, दोघेही उच्च शिक्षित होते. लहानपणी मामीने त्याच्या शिक्षणाकडे विशेष लक्ष दिल्यामुळेच तो एवढे शिक्षण घेऊ शकला. मामी अमेरिकन आणि संपूर्ण पाश्चात्य (वेस्टर्नाइस्ड) तो त्यांचा मानलेला मुलगा होता. मिस्टर सँडर्स अति प्रभावशाली असल्यामुळे त्यांनी केलेल्या शिफारसी कैथला वेळोवेळी कामी आल्या होत्या. मामा इतकीच मामी प्रेमळ होती. ही माहिती कैथ कडून कालक्रमानुसार मिळाली नव्हती पण डेसमंडने सारी

व्यस्थित मंडळी होती. आता कैथचे पोट्रेट - प्रतिमा चित्र डेसमंडने उभे केले होते.

सूर्य बराच खाली आला होता आणि थोड्या वेळात डोंगरा आड होणार म्हणून ऍडमने गाडीचा वेग थोडा वाढवला. ते एका गावात शिरले. गाव इतके काही लहान नव्हते. उजव्या बाजूला एक चर्च होते. पक्की घरे होती, विटांनी बांधलेली! बरीच दुकाने होती, औषधांची, अन्न - धान्यांची, मांस-मच्छिची खेळण्यांची. केश कर्तनालय होते. शाळा आणि डिस्पेन्सरी होत्या. पण सर्वात महत्वाचे म्हणजे एक स्टेशन हाऊस (अमेरिकेतील लहान पोलीस चौकी) हते.

डेसमंडने ऍडमला गाडी थेट पोलीस ठाण्यात घेयायला सांगितली. हे ठाणे शेरीफ विलियम ब्राऊन ह्यांच्या नियंत्रणाखाली होते. त्यांच्या हाताखाली डेप्युटी शेरीफ, डेव्हिड जोन्स होते. एकट्याने गाडीतून उतरून डेसमंडने ठाण्यात प्रवेश केला. शरीफ ब्राऊन ऑफिसात नव्हते. डेव्हिड जोन्स डेसमंडला आपल्या कॅबिन मध्ये घेतले.

"लुटेनंट (लेफटेनंट) कॉलोनेलं (कर्नल) डॉक्टर डेसमंड आपले स्वागत आहे! या बसा! ब्राऊन साहेब कामानिमित्त बाहेर आहेत."

बाकीचे शिपाई कॅबिन बाहेर जाईस तोवर थांबून डेव्हिड जोन्स पुढे बोलू लागले, *"आर्मीने माझी खास नेमणूक येथे केली आहे. एक वर्ष झाले आहे. मी तुम्हाला ओळखतो साहेब. आपण फार प्रसिद्ध आहेत. आम्हाला आपल्या कर्तृत्वाचे व कर्तबगारीचे दाखले वारंवार देत तुम्ही मेजर मिलर ह्यांचे जीव वाचविला होतात. ते आपल्याला फार महान मानतात. ते आम्हाला आपल्या बद्दल भरपूर सांगत. मी आपल्याला आपला सैनिकी जीवनात दोन - तीन वेळा पाहिलेही आहे. आपल्याला मी कशी मदत करू?आपण नक्कीच येथे महत्त्वाच्या कामानिमित्तच आले असणार."*

डेसमंडने त्याला सविस्तर सांगितले, काही न वगळता. आणि डेव्हिड जोन्सने देखील डेसमंडला तेथील परिस्थितीची आणि एकंदरीत वातावरण कसे आहे त्याची कल्पना दिली. हे स्टेशन डोंगराळ प्रदेश आर - २, कोलोरॅडोचे कमिशनर ह्यांच्या नियंत्रणा खाली होते. हे आर - २ चहा नियंत्रणा खाली ५ राज्य, १६ राष्ट्रीय जंगल व ७ गवताळ विभाग. ह्या स्टेशनात डेव्हिडच्या होता खाली १५ लोकं वेग वेगळी पोलीस कार्य करत होती/ त्यांत होते सार्जंट, इन्स्पेक्टर, कॉर्पोरल, ट्रूपर आणि कॅडेट. डेविड दोन जागा सांभाळीत होता, डेप्युटी (अंडर) शेरीफ आणि त्याच बरोबर वॉर्डन म्हणून. तो आणि त्याचे साहेब सेमी - ऍटोमॅटिक पिस्तूल बाळगत, काहींकडे होत्या ४ इंची जांभळ्या स्टील बॅरेलच्या कॉल्ट पायथॉन रेवोल्वर इतारांकडे होत्या स्मिथ & वेसन रायफल. ह्या अधिक ट्रूपर्स कडे रेमिंग्टन शॉटगन आणि खात्यांनी दिलेली एआर -१५ किंवा स्वतःची एम - ४ सी;सिलेक्ट फायर रायफल. त्याच बरोबर एक ए ए स पी बॅटन (दंडुका)..

"मिस्टर डेसमंड, आपण शेरीफ ब्राऊन नसताना आलात हे बरे झाले.मी तुमची लेखी तक्रार अधिकृतरीत्या स्वीकारीत नाही..औपचारिक तक्रार घेतलीच तर ती शेरीफ विलियम ब्राऊन ह्यांच्या कडे जाईल. त्यांच्यावर एफ.बी.आय.ची नजर आहे आणि त्याच बरोबर सैन्याची देखील त्याच्यावर पाळत आहे. आणि हेच कारण आहे माझ्या नेमणुकीचे. मी त्याच्यावर जवळून नजर ठेवीन. तो त्याच्या नियमित' तपासणी फेऱ्या' साठी गेला आहे. तो त्या माणसांकडे गेला असणार. तो त्यांना साथ देतो हे नक्की. सर्व कॅडेट, एक कॉर्पोरल, एक सार्जंट, आणि काही ट्रूपर्स माझी माणसे आहेत. आपल्याला त्याच्या विरुद्ध काही हाती लागले आणि आपल्याला काही पुरावा मिळाला म्हणजे आपण त्याच्यावर चालून जाऊ. दरम्यान तुम्ही सर्व कोलोरॅडोच्या मुख्य कार्यालया कडे रवाना व्हा. आपल्याला सावधगिरी बाळगला हवी. मी माझ्या खास

माणसांना तुमच्या संरक्षणासाठी आणि सोबत म्हणून बरोबर पाठवतो. त्याच बरोबर माझा एक खास माणूस एका बंद लिफाफ्यात हा संपूर्ण अहवाल घेऊन कमिशनर साहेबांकडे दुसऱ्या मार्गाने जाईल. तेंव्हा लौकर निघा. साधारण दहा तास लागतील तुम्हाला तेथे पोहोचाला.".

त्यांनी दोन तासांच्या प्रवास करून १५५ कि. मी. अंतर कापले होते. अचानक ५ ते ६ मोटार बाईक स्वार त्यांच्या गाडीच्या जवळून थोडे पुढे गेला आणि मग वळून परत येत त्यांच्या गाडी भोवती वर्तुळात फिरू लागले. पहिले वर्तुळ होते गाडी पासून १५ फुटावर, नंतर ते गाडीच्या जवळ येऊ लागले. इतके जवळ आले गाडीला भिडलेच. मग त्यातील एकाने एक पेटती मशाल गाडीवर फेंकली. ही मोठी चिथावणी होती. डेसमंडने आपल्या रायफलने गोळी झाडली. बँग, अचूक ! लक्ष्य साधले ! ज्याने ती मशाल फेकली होती तो गोळी लागून कोसळला होता. रॉबर्टने आणखी एकाला गोळी घालून ठार केले. बाकीचे तीन चार स्वार परत पाठी फिरले. चार, पाच, सहा आणि अधिक गोळ्यांचे आवाज झाले. पण एकही गोळी त्यांच्या गाडीतील कोणीही माणसाने चालवली नव्हती. त्या डेव्हिडच्या एस्कॉर्ट पार्टीची करामत.

पीटर ह्यावेळी गाडीच्या स्टीअरिंगवर होता. त्यांनी त्यांची कॅराव्हॅन ट्रेलर एका बाजूला घेत थांबवली. ही गाडी खरोखर मजबूत आहे आणि किती मजबूत? मशालीच्या ज्वाळांनी गाडीचे थोडेही नुकसान केले नव्हते. आणि पेटती मशाल गाडीच्या टपावर पडता क्षणीच विझली होती, म्हणजे गादीवर लावलेले अग्निरोधक कार्यरत होते. त्या मोटार बाईक गादीवर आपटल्या नसतील पण गाडीला घासून निश्चित गेल्या होत्या हे पीटरला गाडी चालवत असतांना जाणवले होते. पण गाडीच्या पत्र्याला काही झाले नव्हते, एखादा ओरखडा नाही की खाच खळगा नाही. वाहनाचे बाहेरील धातूचे आवरण मजबूत व भक्कम तसेच रंगही उच्च प्रतीचा होता.

डेसमंड, ॲडम, पीटर, आणि रॉबर्ट गाडीची पाहणी करत असतांना ती एस्कॉर्ट पार्टी त्यांच्या पाशी येऊन पोहोंचली. ते दहा जण होते. ते पाच मोटार बाईक वरून आले होते.

"सर, मी सार्जंट गिल्बर्ट. मी ह्या गटाचा म्होरक्या आहे. आम्हाला तुमचे संरक्षण, सॉरी तुम्हीतर सैन्यातले आम्ही तुमचे संरक्षण काय करणार? तुम्हाला सोबत म्हणून पाठवले आहे. आम्ही अंडर शरीफ डेव्हिड जोन्स ह्याच्या खास मर्जीतले आणि विश्वासातले. आम्ही तुमच्या मागून गुपचूप निघालो, ह्या कानाची खबर त्या कानाला नाही. इतर स्टाफला ह्या मोहिमे बाबतीत काहीच माहित नाही. सारे गुप्ततेने केले.काही वेळा नंतर आम्हा लक्षात आले की काही मोटारसायकल स्वार तुमचा पाठलाग करत आहेत. ते हिप्पी होते. आणि काही मूळचे रहिवाशी. ते सारे उघडे होते आणि त्यांच्या अंगावर चित्र विचित्र गोंधवलेल्या खुणा होत्या. प्रत्येक जण कोणते ना होंते शास्त्र घेऊन होता, धनुष्य - बाण, कुर्हाड भाला, बंदूक किंवा कोयता, ह्या पैकी एक किंवा दोन. आमच्या सुदैवाने ते सारे एकमेकात अंतर ठेऊन होते. आमची खात्री होती एका घटकेला ते एकत्र येतील, जो एक मोक्याचे ठिकाण असेल, जेथून ते हल्ला बोलतील. कोणतीही धोक्याची वेळ आलीच तर त्यांना खतम करण्याचे आम्हाला आदेश दिले होते. तुमच्यातली चकमक आम्ही पाहिली. तुम्ही सुरक्षित आहेत हे बघितले आणि ते परत फिल्याचेही. आम्ही दबा धरून राहिलो. मुळात ते दहा होते. दोघानाकडे रायफल होत्या. आठ जाणंच परत फिले होते. दोघे तुमच्या गोळ्यांचे शिकार बनले होते. लपलेल्या जागेवरून आम्ही त्यांच्यावर अचानक हल्ला चढवला. आम्ही चार जणांना खतम केले. चार जण निसटले. त्या सहा प्रेतांची, तुम्ही मारले दोन आम्ही ठार केलेले चार, असे सहा, ह्या प्रेतांची कायदेशीर विल्हेवाट व्यवस्था करणे आवश्यक होते. म्हणून येयला इतका वेळ झाला. पण आता येथे थांबणे योग्य होणार नाही. आम्ही तुम्हाला नंतर परत गाठू."

सारे गाडीत बसले आणि प्रत्येकांनी आपल्या ठरलेल्या मोक्याच्या जागा घेतल्या. पीटर ड्राइव्हर दार उडणार तोच त्याचे लक्ष्य दाराच्या हॅण्डलला लावलेली पिशवी दिसली. ती पाशवी पारदर्शक होती आणि त्यांत काहीतरी होते. त्याने ती पिशवी काढून डेसमंडला दिली आणि गाडी स्टार्ट केली. जास्त वेळ थांबण्यात काहीच अर्थ नव्हता.

डेसमंड आणि रॉबर्ट ह्यांना ती पिशवी अग्निरोधक साहित्याने बनवली असल्याचे आढळले. डेसमंडने ती पिशवी सावकाश आणि सावधरीतीने उघडली. आंत एक चेटूक बाहुली होती. हुबेहूब त्याच वुडू डॉल सारखी, जी त्यांना तळ्याजवळ सापडली होती. पण ही बाहुली थोडी जळाली होती किंवा जाळून ठेवण्यात आली होती. ह्या बाहुलीला एक चिठ्ठी लावली होती आणि त्यांत असा मजकूर लिहिला होता,

आपण जर आमच्या वाटेत आलात तर तुम्हाला वाईट शक्ती घेरतील, तुम्हाला असल्याचं पद्धतीने जाळण्यात येईल आणि तुमचा जळून खाक होऊन अंत!'

प्रकरण ८

शेरीफ विलियम ब्राऊन नाहीसा झाला

एफ.बी.आय.चे मुख्य तपासनीस, डॅनियल आर्थरटन ह्यांच्या हाता खालचे सारे अधिकारी, ज्यांना त्यांच्या संघाचा गाभा मानला जात, म्हणजे त्यांचे डेप्युटी, एडवर्ड पिल्लीकॅनो, मि. बिनॉय बॅनर्जी आणि जनसंपर्क अधिकारी, एँथोनी पेकर, हे सारे डॅनियल आर्थरटन ह्यांच्या खोलीत, म्हणजे कॅबिन मध्ये जमले होते.

"सर, आपल्या आदेशा नुसार आम्ही," डेप्युटी, एडविन पिल्लीकॅनो, ह्यांनी बोलण्यास सुरुवात केली,*"मि. सिमॉन्ड वुडवर्ड ह्यांना बोलावले आहे. 'द लॉग्गरहेड' च्या ह्या मुख्य संपादकाला हजार राहण्यास बजावले आहे. तो एक तासा पूर्वीच आला आहे."*

"त्याला अजून तिष्ठत राहूदे. त्याने आपल्याला बराच त्रास दिला आहे."

"सर, तो फारच अस्वस्थ झाला आहे.... "

"त्याच्या बेचैनीला गुंडाळून ठेवा. गाऱ्हाणे आणि त्याच्या तक्रारी बाजूला ठेवा. त्याला ताटकळत ठेवण्यास काही हरकत नाही. आता तुम्ही सर्व जण मिस्टर एडविन पिल्लीकॅनो हे काय सांगतील त्या कडे लक्षपूर्वक ऐका, तुमचे मुद्दे मांडून ठेवा, तसेच तुम्हाला काय प्रश्न असतील तर ते देखील लिहून ठेवा. पण कोणत्याही परिस्थिती व्यत्यय आणू नका. ते काय बोलतात शांतपणे,मध्ये काही न बोलता ऐका. ओके, एडवर्ड सुरु कर."

एडवर्ड पिल्लीकॅनोने बोलण्यास सर्वात केली, *"आपल्याला माहीतच आहे की जॉर्ज वॉशिंग्टन सँडर्सचा खून करून पळून गेला. त्याला सैन्यांनी फरारी म्हणून घोषितही केले आहे. तो आणि*

अपाचे फॉक्स ह्या दोन नसून एकच व्यक्ती आहे. त्याने आजपर्यंत स्वतःला अटक होण्यापासून टाळले आहे. आणि त्याला आपण शोधूनही काढले नाही. आपल्याला पॉल लाईल्स आणि त्याने जॉर्जला केलेल्या मदती बद्धलही कल्पना आहे. आम्ही पॉल कडून अधिक माहिती मिळवण्याचा प्रयत्न करत होतो. पण अचानक त्याचे निधन झाले. तो आपल्या ताब्यात असताना मेला. शवविच्छेदन अहवाला प्रमाणे (पोस्ट मॉर्टेम रीपोर्ट) तो मायोकार्डियल इंफार्कशन म्हणजे आपल्या भाषेत हृदय विकाऱ्याच्या झटक्याने मेला. सुरुवातीला आपले नेहमीचे डॉक्टर, डॉ. रिचर्ड, त्याच्यवर उपचार करीत होते. नंतर त्यांना बदलून, त्यांच्या जागी कॉलॉवेल (कर्नल) डॉ. फिलीप्स आले. आपल्या डॉक्टरांप्रमाणे त्यानेही सुरुवातीला तेच उपचार चालू ठेवले, पॅरासिटॅमॉलच्या मात्र थोड्याच अवधीत औषध बदलून इंजेकशन आणि आंतरनीला 'ड्रीप', म्हणजे शिरेचेआंत, ३ - ४ प्रतिजैविक औषधे देण्यास चालू केली आणि गुप्तपणे त्यांत अँथ्रॅसाक्लीन मिसळत असे. ह्या रसायनामुळे हृदयावर प्रतिकूल परिणाम होऊ शकतो. हे सारे तो आपल्या डोळ्या देखत करत होता."

त्यानंतर चर्चा झाल्या. विचारविनिमय झाले. चर्चेत पोगबा, पास्कल रॉड्रिगो,आणि इतर लोकं ज्यांचा जॉर्जशी संबंध आलेला असण्याची शक्यता होती, जसे नाहीसे झालेले हे चार, पॉल नुमान, लिंडा विलियम्स, मैखेल जोन्स व सुसान ब्राऊन; ह्या सर्वां विषयी चारच्या झाली.

डॅनियल आर्थरटन म्हणाले, *"एँथोनी, आता त्या सिमॉन्ड वुडवर्डला बोलवाला पाठव. सारे काही मीच बोलेन आणि मध्ये कोण्ही बोलायचे नाही. एँथोनी, तूच जाऊन त्याला घेऊन ये. तेव्हडेच त्याचे समाधान होईल, वाटेल आपण त्याला आदराने वागवत आहोत आणि त्याला योग्य मान देत आहोत. आणि मिस्टर बॅनर्जी, ..."*

बिनॉय बनेर्जीला काही सूचना देऊन जाण्यास सांगितले.

"मी फक्त दोघांना कामानिमित्त बाहेर जाण्यास सांगितले आहे. दुसऱ्यांना उठण्याची परवानगी दिली नाही," आर्थरटनकडाडले, *"बाकीच्यांनी हलायचे देखील नाही. आपले सीट बेल्ट लावून जागेवरच बसा."*

"सर, अशी वागणूक देणे बरोबर नाही," आंत कॅबिन मध्ये शिरत सिमॉन्ड वुडवर्ड बोलत होते. ते रागाने लालबुंद झाले होते. *"मला इतके तास त्या लहान खोलीत अक्षरशः डाम्ब... "*

"तुला किती वेळ थांबवले, हे तू आता विसर. तुझे नशीब समज की आम्ही तुला तुझी बाजू मांडण्याची एक संधी देत आहोत. तुला कल्पना तरी आहे की आमच्या संपूर्ण मेहनतीवर तू पाणी फेरले आहेस? संपूर्ण तपास आणि आम्हाला सापडलेले धागेदोरे गुपीत ठेवले होते. आणि तुझ्या मुर्खपणामुळे जॉर्ज आता सावध झाला असेल. आणि त्याला पकडणे थोडे कठीण जाणार आहे. तुझ्या ह्या अन्वेषणात्मक पत्रकारितेला दादही देतो आणि त्यासाठी तुझे कौतुक करतो. पण सर्व गोष्टींना एक सीमा असते, एक मर्यादा असते आणि ती तू ओलांडली आहेस! हे सारे छापण्या पूर्वी आमच्याशी थोडी चर्चा करावी असे तुला वाटले नाही? आमच्या पत्रकार परिषदेला तू हजर नसतोस. द टाईम्स चे मि. टॉम आणि ट्रिब्युनलचे मि. विन्सन्ट आणि अनेक नावाजलेले पत्रकार आमच्या पत्रकार परिषदेला नियमित येत असतात. पण तू त्यांच्या पेक्षा श्रेष्ठ, नव्हे का? अर्थात हा सर्वस्वी तुझा हक्क आहे! हा साधासुधा फौजदारी खटला नाही, ह्यांत संरक्षण मंत्रालय आणि गृह विभाग आहेत. मी तुझ्या बॉस, मिस्टर सिम्पसन, बरोबर बोललो. ते अतिशय ओशाळले होते आणि खेद व्यक्त करून मला विचन दिले की ह्या पुढे अशी चूक घडणार नाही. त्यांनी असेही आश्वासन दिले की पोलिसांबरोबर सहकार करतील आणि काही माहिती

159

मिळाली तर ती आमच्या म्हणजे पोलिसांपुढे ठेवणार. तुझी ही वागणूक राष्ट्र हिताच्या विरुद्ध आहे, हे समजून घे. तुझ्यावर मोती कारवाही होईल. ही एक ताकीद समाज, एक शेवटची चेतावणी! तुला मी एक शेवट संधी देत आहे. तुझ्या कडे असलेली सर्व माहिती मिस्टर बिनॉय बॅनर्जी ह्यांच्या कडे सुपूर्त कर. आणि हे सर्व लेखी दे. आता तू जाऊ शकतोस."

बनेर्जींनी सिमॉन्ड वुडवर्डना आपल्या खोलीत नेले. आपल्या मोठ्या महोगनी लाकडाच्या टेबल समोरच्या खुर्चीत बसण्यास सांगितले.

"साहेबांनी सांगितल्या प्रमाणे तुम्हाला सर्व माहिती लिहून काढा. काही वगळू नका. माहिती कशी आणि कोणा मिळाली, आणि तुमचे ते नेहमीचे पालुपद नको - पत्रकारांनी गुप्तता पाळण्याची शपथ - काय ते तुमचे - नितीशात्रा प्रमाणे, म्हणे डॉक्टरांनी आपल्या रुग्नाची , वकिलाने आपल्या अशिलाची आणि पत्रकाराने आपल्या माहितीदाराची, ह्यांच्या संबंधित गोपनीयता पाळायलाच हवी, वगैरे, वगैरे. तुम्हाला ती माकडिणीची गोष्ट माहित आहे? पुराच्या पाण्यात ती आपल्या पिल्लाला उचलून घेते, कडेवर घेते, नंतर डोक्यावरही घेते पण जेंव्हा पाणी तिच्या गळ्याशी येते तेंव्हा ती काय करते? तू आता गळ्या पर्यंत बुडाला आहेस. कोणतीही माहिती दडून ठेवल्या बद्दल तुला गुन्हेगाराचा एक साथीदार मानले जाईल, त्याला कायद्याच्या भाषेत 'ऍसॅसरी आफ्टर द फॅक्ट ' असे म्हणतात. तेव्हा ..."

"पण सर, मी ..."

"एकदम चूप बस! आणि भरा भर लिही. नाहीतर तुझ्यावर 'ऍसॅसरी आफ्टर द फॅक्ट' लादू आणि तुला अटक करू!"

ह्या काही पोकळ धमक्या नव्हत्या, वुडवर्डला माहित होते. तो चांगलाच भितरला होता. त्याचे म्हातारे आई - बाबा, त्याची पत्नी आणि दोन शाळकरी मुलं, हे सारे त्याच्यावर अवलंबून होते. त्याला जितके माहित होते ते सर्व त्याने ओकून टाकले आणि लेखी हमी दिली. ह्या पुढे जे जे समजणार होते त्यावर पोलिसांचा अधिकार असणार.

अंडर शेरीफ डेव्हिड जोन्स ह्यांनी आपले विश्वासू असं. विलियम्स त्यांना एक गुप्त संदेश घेऊन एफ.बी.आय.च्या मुख्यालया कडे पाठवले. त्यांत शेरीफ विलियम ब्राऊन संबंधी गुप्त अहवाल होता. विलियम ब्राऊन हे सैन्याच्या व एफ.बी.आय.च्या रडारवर होतेच आणि आता अधिक गुन्ह्यांची भर पडली होती. पण असं. विलियम्स हा डॅनियल आर्थरटन पर्यंत पोहोंचू शकला नव्हता. असे काय झाले?

एक छिन्नविच्छिन्न झालेले प्रेत काही जंगल रक्षण दलातील सेवकांना सापडले. प्रेत नदीकाठी पडले होते आणि शवच्या छातीवर रक्ताने एक संदेश रेखाटला होता:

तुमचेही भवितव्य असे होणार, जर तुम्ही आमच्या विरुद्ध गेलात आणि तुम्हाला कोल्हेही खाणार नाहीत!

दरम्यान, डेव्हिड जोन्स ह्यांनी आत्महत्या केली होती. स्वतःच्या सर्व्हिस पिस्तुलाने डोक्यांत गोळी झाडून आपला अंत केला होता. असा रिपोर्ट सही करून शेरीफ विलियम ब्राऊन पोलीस मुख्यालयात पाठवला होता. तब्बल आठवडयांनी हा रिपोर्ट आणि त्या प्रेता विषयीची बातमी डॅनियल आर्थरटन ह्यांच्या हाती आली.

डॅनियल आर्थरटन आपले कुमक घेऊन ताबडतोब स्टेशन

हाऊसला रवाना झाले. शेरीफ विलियम ब्राऊनला समजले होते. आता त्याचे दिवस भरले होते. आर्थरटनच्या माणसांना तेथे दहा पोलिसांची प्रेतं आढळली. त्या सर्वांची गोळ्या घालून हत्या केली होती. त्यांनी प्रतिकार केला नव्हता. कदाचित हे सारे अचानक घडले असावे. अचानक आणि अनपेक्षित असल्यामुळे पोलिसांना आपली हत्यारं घेऊ शकले नाहीत. आणि सारे मारले गेले.

तूर्त तरी विलियम ब्राऊन सुरक्षित होते. ते छिन्नविच्छिन्न झालेले प्रेत असं विलियमचे आहे हे पोलिसांना समजण्यास वेळ लागणार होता. तो वेळ विलियम ब्राऊन साठी खूप होता.

शेरीफ विलियम ब्राऊन नाहीसा झाला!

प्रकरण ९

शेवटचे युद्ध

डेसमंडने ती पिशवी सावकाश आणि सावधरीतीने उघडली. आंत एक चेटूक बाहुली होती. हुबेहूब त्याच वुडू डॉल सारखी, जी त्यांना तळ्याजवळ सापडली होती. पण ही बाहुली थोडी जळाली होती किंवा जाळून ठेवण्यात आली होती. ह्या बाहुलीला एक चिठ्ठी लाव ली होती आणि त्यांत असा मजकूर लिहिला होता,

आपण जर आमच्या वाटेत आलात तर तुम्हाला वाईट शक्ती घेरतील आणि तुम्हाला असल्याचं पद्धतीने जाळण्यात येईल!'

डेसमंडने ती चिठ्ठी वाचली, परत, परत वाचली. ह्या काही तासाभरात त्यांनी ती अनेक वेळा वाचली असावी. डेसमंड काहीच बोलत नव्हता. पण तो विचारात गढला होता. बाकीचे त्याच्या भवती शांत बसले होते. साऱ्यांनी तो भयंकर मजकूर वाचला होता, पण कोण्ही काही बोलत नव्हते.डेसमंडला ते ओळखत होते. तो काहीतरी बोलण्याची ते वाट पाहत होते.

अचानक डेसमंड अचानक हातात ती चेटूक बाहुली घेऊन उभा राहिला आणि ओरडला, *"आपण ह्या दृष्ट आणि वाईट माणसाचा नाश त्याच वाईट शक्तीने करूया. पण आपला देव आपल्या बरोबर असेल. परमेश्वर आपल्याच पाठीशी असणार! काट्यानेच काटा काढायचा असतो! त्यांचा खेळ त्यांच्यावरच उलटवूया. माझ्या कडे एक योजना आहे."*

" काय म्हणतोस मित्रा! 'आपण ह्या दृष्ट आणि वाईट माणसाचा नाश त्याच वाईट शक्तीने करूया'. वाह मित्रा वाह , बंदूक चालवणारा हा डॉक्टर, आता वुडू डॉल घेऊन भानामती करणार!"

रॉबर्ट, मी काय करत आहे ह्याची मला चांगलीच कल्पना आहे. ह्या दलदलीतून आपल्याला बाहेर काढण्यासाठी आपल्याला हाच मार्ग घ्यायाला लागेल. ह्या लढ्यात प्रत्येकाला आपली एक भूमिका असेल. कैथ बासो, आता तुझी पोलीस खात्यात भरती झाल्यामुळे आणि तुझ्याच वर असेलेल्या वरिष्ठांच्या आदेश नुसार तुला माझ्या आज्ञा पाळाव्या लागतील. प्रथम जाऊन तुझ्या आजोबा आणि वडलांचे काय झाले त्याची खबर घे. ते सुरक्षित असणारच. नंतर त्या कॅम्पवर जा. काय करायचे मी सांगतो. सॅन्ड्रा, तुला बाहुल्या तयार करायच्या आहेत. अनेक बाहुल्या, अगदी ह्याच बाहुली सारख्या, हुबेहूब किंवा जशीच्यातशी नाही, मिळती जुळती असावी इतकेच. उपलब्ध वस्तूंचा वापर कर. तुझे कौशल्य दाखव. आपल्या कडे फार कमी वेळ आहे. तुला जुली आणि जुडी मदत करतील. दरम्यान, रॉबर्ट आणि मी काही लहान बॉम्ब तयार करतो, जे बाहुल्यात लपवण्यात येतील.कैथ, थोडा वेळ तू आम्हाला ह्या कामात मदत कर. आमी ते बॉम्ब बाहुल्यां मध्ये लपवू. पीटर, ॲडम आणि शेन, तुम्ही आपल्या बंदुका आणि दारू गोळा तपासून सज्ज असल्याची खात्री करा आणि आपल्या बाईक पण तपासून पहा. हे सारे झाल्यावर मला खबर द्या."

सॅन्ड्रा आणि तिच्या टीमने मोजून १३ बाहुल्या तयार केल्या होत्या. प्रत्येक बाहुलीत १३ टाचण्या टोचल्या गेल्या, डोकं, कपाळ, नाक, ओठ, गळा, छाती, पोट, दोन पंजे, दोन पाय आणि पायांचे दोन आंगठे, अश्या १३ ठिकाणी. आणि प्रत्येक बाहुलीला एक मजकूर जोडला होता. मजकूर साधारण ह्या धर्तीवर होता, इथे तिथे थोडे बदल करत १३ मजकूर:

' तुम्ही आम्हाला जाळण्याचा प्रयत्न केलात. तुम्ही ताकीद दिलीत की आम्हाला वाईट शक्ती घेरून आमचा नाश करतील. हा तुमचा विच डॉक्टर बनावट आहे. आम्ही आता

खऱ्या शक्तींना जागृत केले आहे. आणि त्या दैवी शक्ती तुम्हा वाईट माणसांचा सर्वनाश करतील.'

"कैथ, तू ह्या बाहुल्या घेऊन निघ आणि त्या मोक्याच्या ठिकाणी लपव. पण काही सापडतील ह्याची खबरदारी घे. तुला माहीतच आहे की त्यांत दडवले बॉम्ब आम्ही पाहिजे तेंव्हा अडवू शकतो. बाहुल्यांना सेन्सर जोडण्यात आले आहेत. हे तू असतांना कोणाच्या नजरेस पडलाच आणि तसाच प्रतिकूल परिस्थिती उद्भवलीच तर तुझा सुरा वापण्यास मागे पुढे पाहू नकोस. लक्षात असू दे की एक लढाई आहे आणि युद्धात सर्व काही क्षम्य असते. तुझे हे काम झाल्यावर लपून आमची वाट पहा. चाल आता निघ लौकर." डेसमंडने कैथला बाहुल्या कशा पद्धतीने हाताळाचे हेही सांगितले.

कैथ निघून काही वेळ झाला होता. डेसमंड इतरांना सांगू लागला, *"आपण त्या कॅम्प कडे परत जात आहोत. आपण परत येऊ हे त्यांना अपेक्षित नसेल. पीटर तुम्हा तिघीना गाडी चालवत मार्गदर्शन करेल, मात्र तो गाडी चालवणार नाही. जुली, जुडी आणि सॅन्ड्रा तुम्ही ती आळी पाळीने चालवणार आहेत. रॉबर्ट, शेन आणि ऍडम माझ्या बरोबर असतील. आम्ही बाईकवरून पुढे जात आहोत. तुम्ही मागून काही वेळाने निघा. तुम्ही हळू, काळजीपूर्वक आणि सावधगिरी बाळगून या."*

कोणी काय करायचे आणि काय नाही करायचे त्याची उजणी झाली,सारी शास्त्रे परत तपासण्यात आली, बाईक आणि गाडीही तपासण्यात आली. डेसमंडने त्यांत जातीने लक्ष घातले होते. आपली तयारी कितपत आहे ह्याची त्यांनी तापासणी करून पाहिली आणि आपण लढाई साठी सुसज्ज आहोत ह्याची खात्री करून ते चौघे बाईकने पुढे निघाले. होय,ते एका मोठ्या युद्धावरच जात होते.

दरम्यान कैथ आपल्या गावात पोहोंचला होता. प्रथम त्याने आपले आजोबा व वडील सुरक्षित आहेत ह्याची खात्री केली. अर्थात तो भेटला गेला नाही. नंतर त्याने आपला मोर्च्या थेट कॅम्पच्या दिशेने वळवला. तो चोरट्या पावलाने आणि सावधगिरीने आंत शिरला. त्या १३ बाहुल्या योग्य ठिकाणी लपवून, तो डेसमंड आणि मंडळींची लपून वाट पाहू लागला.

इथे कैथ गावाकडून कॅम्प कडे निघतो न निघतो आणि डॅनियल आर्थरटन आपली कुमक घेऊन गावात शिरले. त्यानी कैथच्या बाबाना आणि आजोबांना रक्षणार्थ आपल्या ताब्यात घेतले. त्यांनी पोलीस चौकीचा ताबा घेतला आणि संपूर्ण गावाला वेढा घातला.

"पोलिसांनी संपूर्ण गावाला वेधले आहे. सर्वानी हात वरून आपल्या हळू हळू यावे," ध्वनी विस्तारक वरून पोलीस घोषणा देत होते,
" हात आपल्या डोक्याच्या वर असू द्या, आम्हाला दिसतील असे! आपल्या दरवाज्या पाशी उभे राहा."

नंतर हीच सूचना लाऊड स्पिकर वरून अपाचे भाषेतून करण्यात आली.सांगितल्या प्रमाणे लोक आपल्या थांबले होते. पुन्हा एकदा ध्वनी विस्तारक खणखणला, *" हळू हळू करून एक एक करून चर्चच्या दिशेने चालत रहा. तुमच्या पाशी कोणतेही हत्यार असेल तर ते आपल्या पायाशी टाका आणि पुढे चालत रहा. नंतर आम्हाला तुमच्या कडे हत्यार सापडलेच तर तुम्हाला गोळी घालून ठार मारण्यात येईल. चला चर्च मध्ये जा."*

तसे विरोध करायला जास्ती असे कोणी नव्हतेच. जे काही थोडे फार प्रतिकार करणारे होते त्यांना जॉर्ज फॉक्स बद्धल सहानुभूती होती किंवा ते त्याचे अनुयाती होते. पण पोलिसांपुढे त्यांचा निभाव लागणे कठीण होते.ते मारले तरी गेले किंवा पोलिसांना शरण

आले.

पण दोघांना पळून जाण्यास यश आले होते. ते होते जो फ्रिक्रेडो आणि त्याचा जुळा भाऊ फो फ्रिक्रेडो. ते गावातून निसटल्या नंतर थेट कॅम्प कडे निघाले होते. ते जॉर्ज सोबत कित्येक वर्ष काम करत होते. तेंव्हा साहजिकच त्यांना जॉर्जचा ठावठिकाणा ठाऊक असणे ह्यात नवल काही नव्हते. ते त्याच्या दारापाशी आले होते.

आंतून आरडाओरडीचा आवाज येत होता. काही तरी वाद चालला होता. जोने खुणेने गप्प राहण्याचा इशारा करून त्याला बाहेर लपण्यास खुणेनेच सुचवले. झोपडीचे दार तीन वेळा एक विशिष्ट पद्धतीने जोने दारावर टिचक्या मारल्या आणि त्याच बरोबर तीन वेळा शिटी वाजवली.

" जो आला आहे. तू आता शांत हो आणि त्याच्या समोर वाद घालू नकोस,"जॉर्जने एकदम हळू सांगितले. आवाजही थांबला आणि कुजबुजही. आणि जॉर्ज मोठ्या आवाजात म्हणाला,

"जो आंत ये. दरवाज्याला काडी घातली नाही. ये ये! जो असे हाय तातडीचे काम काढले आहेस?"

"चीफ, खरे पोलीस आले आहेत आणि त्यांनी संपूर्ण गाव काबीज केला आहे. अधिक बळाच्या जोरावर त्यांनी आपल्या माणसांवर मात केली. आपली लोकं मेली नाहीतर त्यांना अटक तरी झाली आहे. मी एकटाच कसाबसा निसटलो. आपल्याला दक्षिणे कडे निघायला हवे आणि तेदेखील त्वरित. माझे काही मित्र आहेत दक्षिणेत, ते आपल्याला मदत करतील. तेथे थोडे दिवस लपून राहू आणि मग खाली दक्षिणेत जाऊ."

"मी, आणि लापु? शक्य नाही हे होणे! तुझी माझ्यावर श्रद्धा नाही

आणि माझ्या शक्तीवर विश्वास नाही. माझ्या अफाट पुढे कोण्ही टिकत नाही. माझ्या विरुद्ध जे जे गेले आहेत त्या सर्वांचा सर्व नाश झाला आहे. ह्या पुढे ही तसेच घडेल!" जॉर्ज गरजला.

"जॉर्ज, मला माहित आणि तुही जनतेस," डॉक्टर बोलत होते, " तुझ्या कडे अशी जादूनाही किंवा विद्या नाही की ज्याच्या जोरावर कोणालाही आजारातून बारा करू शकतोस, हे तुला माहित आहे. केवळ भीतीने किंवा अन्य कारणाने ते मेले आहेत, आणि तुझ्या अघोरी विद्यामुळे किंवा तुझ्या चेटूक विद्येने नक्कीच नाही! तुझी ती कारस्थाने .... "

"आता पुढे एक शब्दही काढू नकोस, नाहीतर..."

"जॉर्ज, मला पूर्ण बोलू दे. हीच ती वेळ आणि हाच तो क्षण! मला ब्लॅकमेल करून माझ्या कडून मला असे जखडून ठेवले आहेस. मला जाळ्यात अडकवले आणि माझ्या कडून नाही, नाहीती कृत्य करून घेतलीस. आपला सत्यानाश होणार हे अटळ आहे, हे तुला मी वारंवार सांगत आलो आहे. पण जेंव्हा त्या जोडप्यांची तुझे ते जंगलातील कृत्य पाहिले आणि तू त्यांना मारण्याचा आदेश दिलासा आणि नंतर त्यांच्या गाडीचा पाठलाग करायला संगीतलेस, मला वाटलेच ही माणसे साधी सुधी नसून ह्यांत सैन्यातील लोक असावेत.आणि हा संशय मी तुला बोलून दाखवला होता. आणि त्यांनी तुलाही त्या १३ बुहुल्यांची सप्रेम भेट दिली - १३ टाचणी लावलेल्या बाहुल्या आणि १३ बायनाय संदेश ! तुझेच औषद्धच घशा खाली उतरवले ! तुझ्या घाणेरड्या युक्त्यांना मी बळी पडलो त्याचे मला दुःख होत आहे. देव मला माफ करणार नाही. पण तुलाही क्षमा करणार नाही. तुला मित्र असे कोण्ही नव्हते आणि कधीच नसणार! जो म्हणतो की तुम्ही दक्षिणेत जाऊन तुमचा बचाव कराल, तुमची पोलिसांपासून सुटका होईल पण तुझे मरण अटळ आहे! मी..."

ने उजवा आपल्या खिशातून बाहेर काढला. त्याच्या हातात पिस्तूल नव्हती. एक कागदाचा रोल होता.पण जॉर्जला काय कल्पना? जॉर्जने आपली पिस्तूल एका झटक्यात फिलिप्सवर झाडली.**'बँग'** गोळी त्याच्या पोटात घुसली होती, तो निवळून जमिनीवर कोसळला. तो लगेच मेला नाही. तो जमिनिवर पडूनच हुळू पण स्पष्ट शब्दात जॉर्ज सांगू लागला,

"जॉर्ज, तू माझ्यावर गोळी झाडलीस. कदाचित तुला वाटले असेल की माझ्या खिशातून पिस्तूल काढत आहे. पण हा कागदी लिफाफ्यांचा रोल आहे. नंतर तू ते लिफाफे पाहाशीलच. मी तुझ्या आधी मरेन, अगदी तोड्यावेळात मी मरणार. फासावर लटकण्या पेक्षा बरे. पण तुझे काय? तू ही मारणार. पण भयंकर यातना होतील! मी तूला एक औषध दिले आहे, तुझ्या नकळत. हे विष तुझ्या शरीरात हळू हळू आपले काम करत राहील. 'स्लो पोईसन' म्हणतात.आणि त्याला 'एँटीडोट' म्हणजे विषावरचा उतारा किंवा विषनाशक द्रव्य, नाही. तुला नरकात असल्या सारखे वाटेल, तुला असहाय वेदना होतील, तू त्या यातनेची कल्पनाही करू शकणार नाहीस. तुझे हात-पाय अर्धांगवायूने हलायचे बंद होतील. तू मरणयेण्यासाठी भीक मागशील. पण ते येणार नाही. तुझे सर्व शरीर फोडांनी भरून जाईल. खाज सुटेल. पण तू खाजवू शकणार नाहीस. हे आईच्या #@$..."

'बँग' जॉर्जची पिस्तूल वाजली. आई बद्धल अपशब्द जॉर्जला कधीच सहन होत नव्हते! आपल्या आईचा अनादर केलेला त्याला खपत नव्हता. गोळी फिलीप्सच्या डोक्यात घुसली आणि आता मात्र तो तात्काळ गतप्राण झाला. पण फिलिप्सचे बोलणे ऐकून जॉर्जला मरणा पूर्वीच शंभर मरणाचे अनुभव आले असावेत. मेलेल्या माणसाच्या होतील पुडकं उचलून ते लिफाफे वाचू लागला. काय होते त्यांत?

मी कॉलोनेल डॉ फिलिप्स. मी अनेक गुन्हे केले आहेत, ज्या

गुन्ह्यांसाठी मला कोर्ट मार्शल करून फाशीची शिक्षा झाली असती. सार्जंट जॉर्ज वॉशिंग्टन ह्या सर्व गुन्ह्यांचा माझा एक भागीदार होता, एस्सेसरी आफ्टर किंवा बिफोर द फॅक्ट', ह्या सर्व गुन्ह्यांचे तपशील मागील पानांत नमूद केले आहेत. आम्ही जगण्यास लायक नाही आहोत. मला खात्री आहे जॉर्ज माझी हत्या करणार. म्हणून मी त्याला 'स्लो पोईसन' 'देण्यास सुरुवात केली आहे. ही एक केवळ प्रत आहे, ह्या माझ्या कबुलीजबाबाची. मूळ प्रत पोलिसांकडे पाढविली आहे.

मागे जोडलेल्या कागदांमध्ये सविस्तर साऱ्या गुन्ह्यांचा तपशील होता. प्रत्येक ; पानावर फिलिप्सने स्वाक्षरी केली हाती. गावात धाड टाकण्या पूर्वीच मूळ प्रत डॅनिएल आर्थरटनच्या हातात पडली होती. हे हातात पडल्यावरच पोलिसांनी हल्लाबोल केला होता. .

जॉर्ज समजले होते की हा कबुलीजबाब आणि गुन्ह्यांचा तपशील जोडला फाशीवर लटकावण्यास पुरेसा आहे.

पण आपण त्यांच्या तावडीत येऊ तेंव्हा. जर आणि तर मध्ये बरेच अंतर असते! आता आपल्याला स्वतःची नवीन ओळख करायला हवी! आता आपल्याला जुन्या नावाने वावरता नव्हते. होय एक नवी ओळख, एक नवे नाव आणि एक नवे घर! जो आणि फो ह्यांना नष्ट करणे आवश्यक होते. कोण्ही साक्षीदार नकोत! पण अजून त्यांची गरज होती.

जॉर्ज जो आणि फो बरोबर निघाला. ते खाली दक्षिणेच्या जाऊ लागले. आणि एका लहान गावात पोहोंचले.

बॉम्बच्या स्फोटाने हवा असलेला आणि डेसमंडला इच्छित असल परिणाम झाला. त्या माणसांत गोंधळ उडाला होता. त्यांचा नेता, त्यांचा चीफ आणि त्यांचा विच डॉक्टर नाहीसा झाला होता. त्यांचे नेतृत्व करणारा नव्हता. ते सारे हाताला जे हत्यार लागेल ते घेऊन

सैरावैरा धावत होते. त्यांच्या कडे कुर्हाडी, भाले, धनुष्य - बाण आणि तलवारी. पण ही हत्यारे घेऊन ते अत्याधुनिक शस्त्रे घेऊन आलेले डेसमंड आणि त्याचे सहकारी,ह्यांना सामोरे कसे जाणार?

डेसमंडने मोटारसायकलची एक कळ दाबून रॉकेट क्षेपणास्त्रचा भडीमार सुरु केला तर रॉबर्टने आपल्या मोटार बाईकवरून अश्रू धूर सोडण्यास सुरवात केली. आता पीटर भकम व दणकट कॅरव्हॅन ट्रेलर गाडी घेऊन आला होता. आणि सुरु झाला तिहेरी मारा !

मग ते सारे उलट फिरले आणि विरुद्ध दिशेने धावू लागले. आणि थेट समोरून येण्याऱ्या आर्थरटनच्या टीमला जाऊन भिडले.. पोलिसांच्या हल्ल्यात अनेक मारले गेले आणि काही, जेमतेम चार - पाच असतील, आणि तेही पोलिसांच्या ताब्यात गेले.

पण जॉर्ज सापडला नव्हता. जॉर्ज होता?

दक्षिणेच्या एका जंगलात जो आणि फो ह्यांची प्रेतं सापडली होती. त्यांना जॉर्जने मारले असेल? जॉर्ज निसटला होता? जॉर्ज मारला गेला असावा आणि त्याचे प्रेतही नष्ट झाले असावे. 'केस क्लोज्ड' असा शेरा लिहून तपास बंद केला होता.

एका लहानशा दक्षिणेतल्या गावातील एका छोट्या इस्पितळात एक इसम खाटेवर होता. त्याला अर्धांगवायूचा झटका बसला होता. त्याचे हात पाय लुळे पडले होते. त्याच्या डोळ्यातून अश्रू वाहत होते. त्याचे सर्व अंग फोडांनी भरले होते. त्याला काय झाले होते? डॉक्टर कोणतेही निदान करू शकले नव्हते. पंधरा दिवसांनी त्याला शहरातील मोठ्या इस्पितळात पाठवण्याचा निर्णय घेतला गेला.

पण बरोबर तेराव्या दिवशी दुपारी एक वाजता, म्हणजे २४ तासांच्या घडाळ्यातले १३व्या तासाला, डॉक्टरांना ताबडतोब बोलावण्यात आले. डॉक्टर चकित झाले होते. त्या रुग्णाने चक्क हात वर केले होते. त्याचे डोळे उघडे होते आणि छताकडे टक लावून पाहत होते. त्याचे तोंड उघडे होते. त्याने हसत हसत आपले प्राण असावेत असे वाटत होते. त्याच्या छातीवर बाहुल्या होत्या १३ बाहुल्या. प्रत्येक बाहुलीच्या ओठांवर होते एक स्मित? नाही चक्क हास्य, एक दुष्ट राक्षसी हास्य !

विनय त्रिलोकेकर

XXXXXXXXXXXXXXXXXXXXXXXXXXXXXXXXXXXXXX

REVIEWS / अभिप्राय

वाचकहो, धन्यवाद ! पुस्तका बद्धलचे आपले प्रामाणिक मत जाणून घेणे मला आवडेल. तेंव्हा जर आपल्याला आपला अभिप्राय माझ्या कडे पाठवायचा असल्यास ह्या ईमेल द्वारे:
vbt1946@yahoo.co.in,
तसे करावे अशी आपणास नम्र विनंती!

विनय त्रिलोकेकर

ABOUT THE AUTHOR

Author, Vinay Trilokekar was born on 27th December, 1946. He is a science graduate of Bombay (now Mumbai) University.

After retiring at the age of 58 years, from the corporate world (working in Pharmaceutical and Chemical Industries), he joined an NGO, as a teacher and continued working there in various capacities; Manager in Education, Resource Generation & Accounts; Finance Head and currently working as Consultant and Authorised Signatory for that NGO.

He has passion for teaching, drawing & painting, reading and writing. He has been a tutor right from his college days and many of his students have excelled, achieved great success and reached great heights.

He is a blog - writer, his blogs cover wide range of subjects and various issues. He has a good viewership in India as well as in some foreign countries. He writes in English and he is equally at ease while expressing in Marathi, which is a great achievement for a person who has done his schooling in non- vernacular. His articles are honest, direct and heart – warming, crisp and thought provoking. Though his writing simple and straight, but at times he does write abstract and philosophically which needs high level of maturity.

लेखका बद्धल

लेखक, विनय त्रिलोकेकत ह्यांचा जन्म मुंबई मध्ये २७ ड्राचेम्बर, १९४६ रोजी झाला. ते मुंबई विद्यापीठाचे चे विज्ञान शाखेचे पदवीधर आहेत. वयाच्या ५८ वर्षी कॉर्पोरेट क्षेत्रातून (फार्मासुटिकल आणि रासायनिक उद्योग) सेवा निवृत्त झाल्यावर ते एका संस्थेत (NGO) शिक्षक म्हणून काम पाहू लागले. त्यांच्या १६ वर्षांच्या निवृत्ती नंतरच्या कारकिर्दीत ते शिक्षण मॅनेजर, स्त्रोत
निर्मितीचे मॅनेजर, अकाउंटंट व फिनान्स हेड, अश्या वेगवेगळ्या विभागांचे प्रमुख राहिले आहेत. आज ते संस्थेचे ऑथोराइज्ड सिग्रेटरी आणि कन्सल्टन्ट आहेत.

त्यांना चित्रकला, वाचन आणि लिखाणाची फार आवड आहे. तसेच शिकणे आणि शिकवणे ही त्यांचे एक 'पॅशन' आहे. ते त्यांच्या कॉलेज जीवना पासूनच शिकवण्या करीत आणि त्यांचे अनेक विद्यार्थ्यांनी मोठे यश प्राप्त केले आहे.

ते एक 'ब्लॉग राइटर' असून ते अनेक विषयांवर इंग्रजीत आणि मराठीतून सरळ आणि सोप्या भाषेत लिहीत असतात. इंग्रजी माध्यम असलेल्या शाळेतून शिकून सुद्धा त्यांचे मराठीवरचे प्रभुत्व वाखाण्या जोगे आहे. त्यांना आपल्या देशातच नव्हे तर परदेशांतही चांगला वाचक वर्ग लाभला आहे. त्यांचे काही लेख मासिकांतून प्रसिद्ध झाले आहेत.

अदभुत गोष्टींचा संग्रह आणि गोष्ट- एक चित्तथरारक पाठलाग